'Let's Learn Panjabi'

ਆਓ ਪੰਜਾਬੀ ਸਿੱਖੀਏ

'Let's Learn Panjabi'

ਆਓ ਪੰਜਾਬੀ ਸਿੱਖੀਏ

Editor: Naresh Chandla

Equalities and Diversity Service

Wolverhampton
City Council

Editor: Naresh Chandla

Contributors: Paramjeet Grewal
                 Bhupinder Singh Guru
                 Baljinder Kaur Dhoot
                 Simerjeet Kaur Basrai

ICT Support: Ishtiaq Rizvi

This book can be purchased directly from Wolverhampton
Local Authority by contacting:

    Julie Hammond
    Equalities and Diversity Service
    The Jennie Lee Centre
    Lichfield Road
    Wednesfield
    WolverhamptonWV11 3HT
    Tel: 01902 555915
    Fax: 01902 550643
    Email; Julie.Hammond@wolverhampton.gov.uk

Printed & Distributed by:

    DTF Publishers and Distributors
    117 Soho Road
    Handsworth
    Birmingham
    B21 9ST
    Tel: 0121 515 1183

Foreword

'Let's Learn Panjabi' ਆਓ ਪੰਜਾਬੀ ਸਿੱਖੀਏ is a book of well researched and trialled activities which supports learners of the Panjabi language in developing their literacy skills. It is based on the Panjabi phonic system and ensures systematic learning of the language. In order to ensure continuity and progression, the introduction of familiar words in Panjabi is followed by coverage of each Panjabi phonic stage in greater depth through a range of interesting and varied activities.

The activities cover a wide range of topics and language structures at Breakthrough Level of Asset Languages. Some of the tasks are designed in accordance with assessment materials for that specification.

Thanks are due to Naresh Chandla and the Community Languages Team for all their hard work in the production of this book which I am confident that students will find very useful in learning Panjabi.

Clare Gough
Head of Equalities and Diversity Service
Children and Young People's Service

Punjabi Alphabet ਪੈਂਤੀ

Foreword

'Let's Learn Punjabi: ਆਓ ਪੰਜਾਬੀ ਸਿੱਖੀਏ' is a book of well-researched and tailored activities which supports learners of the Punjabi language in developing their literacy skills. This is based on the Punjabi alphabet system and enables systematic learning of the language. In order to ensure continuity and progression, the introduction of familiar words in Panjabi is followed by coverage of each Panjabi phonic stage in greater depth through a range of interesting and varied activities.

The activities cover a wide range of topics and language structures of Break through Level of Asset Languages. Some of the tasks are designed in accordance with assessment materials for that specification.

Thanks are due to Naresh Chandla and the Community Languages Team for all their hard work in the production of this book which I am confident that students will find very useful in learning Panjabi.

Clare Bough
Head of Equalities and Diversity Service
Children and Young Peoples Service

Wolverhampton
City Council

Panjabi Alphabet ਪੈਂਤੀ

ੳ	ਅ	ੲ	ਸ	ਹ
Urha U	*Aerha* A	*Eerhi* I	*Sassa* S	*Haha* H

ਕ	ਖ	ਗ	ਘ	ਙ
Kakka K	*Khakha* KH	*Gagga* G	*Ghagha* GH	*Nganga* NG

ਚ	ਛ	ਜ	ਝ	ਞ
Chacha CH	*Chhechha* CHH	*Jajja* J	*Jhajha* JH	*Jnayan* NJ

ਟ	ਠ	ਡ	ਢ	ਣ
Tainka T	*Thatha* TH	*Dadda* D	*Dhada* DHH	*Nannha* N

ਤ	ਥ	ਦ	ਧ	ਨ
Tatta 'T	*Thatha* TH	*Dadda* 'D	*Dhada* DHH	*Nanna* N

ਪ	ਫ	ਬ	ਭ	ਮ
Pappa P	*Phaphha* PH	*Babba* B	*Bhabha* BH	*Mamma* M

ਯ	ਰ	ਲ	ਵ	ੜ
Yayya Y	*Rarra* R	*Lalla* L	*Vavva* V/W	*Rharha* RH

1. Write the missing Panjabi letters:

ੳ	ਅ		ਸ	
ਕ k/c		ਗ		ਙ
	ਛ		ਝ	ਞ
ਟ			ਢ	ਣ
ਤ		ਦ		ਨ

2. Now rewrite the sounds of the above letters:
e.g. ਕ k/c

3. Find some meaningful Panjabi words

ਮ	ਅ	ਜ	ਲ	ਕ	ਅ	ਸ਼
ਟ	ਪ	ਚ	ਰ	ਚ	ਮ	ਰ
ਰ	ਗ	ਰ	ਮ	ਗ	ਨ	ਨ
ਘ	ਟ	ਸ	ਚ	ਗ	ਕ	ਬ
ਮ	ਰ	ਲ	ਜ	ਨ	ਦ	ਸ
ਹ	ਕ	ਫ	ਨ	ਰ	ਬ	ੜ
ਲ	ਸ	ਣ	ਮ	ਸ	ਪ	ਕ

Write the Panjabi letters used in the name of these pictures.

ਹਰ ਤਸਵੀਰ ਦੇ ਨਾਂ ਵਿੱਚ ਵਰਤੇ ਜਾਣ ਵਾਲੇ ਅੱਖਰ ਦੱਸੋ ।

	ਬ	ਲ			

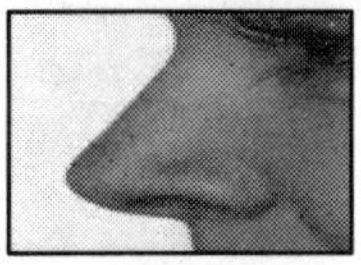

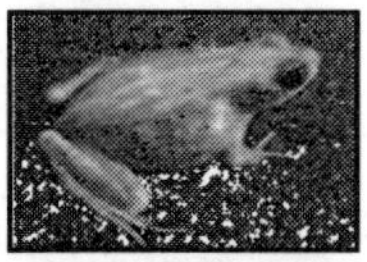

ਮੁਕਤਾ

ਦਸ   ਨਟ   ਪਰ

ਬਸ   ਘਰ   ਟਬ

ਤਰ   ਮਗ   ਫਲ

ਤਰ	ਪਰ	ਡਰ	ਕਰ
ਮਲ	ਪਲ	ਚਲ	ਫਲ
ਰਨ	ਹਨ	ਸਨ	ਮਨ
ਸਭ	ਲਭ	ਕਟ	ਫਨ

Write the words above phonetically and write their English equivalent.
Example:-.   ਤਰ   ਤ + ਰ =   T + R

ਮੁਕਤਾ

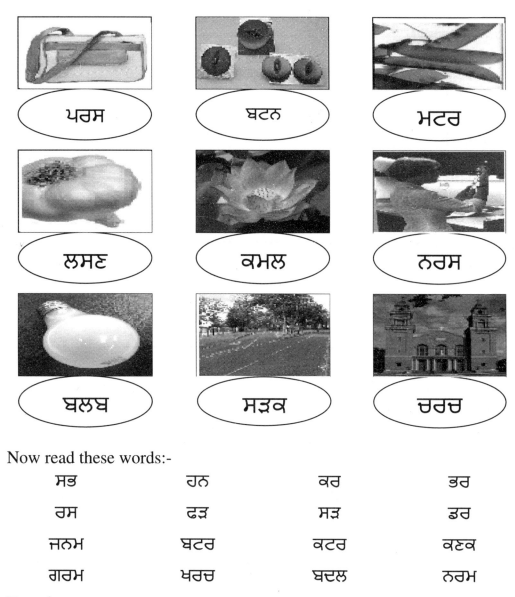

ਪਰਸ

ਬਟਨ

ਮਟਰ

ਲਸਣ

ਕਮਲ

ਨਰਸ

ਬਲਬ

ਸੜਕ

ਚਰਚ

Now read these words:-

ਸਭ	ਹਨ	ਕਰ	ਭਰ
ਰਸ	ਫੜ	ਸੜ	ਡਰ
ਜਨਮ	ਬਟਰ	ਕਟਰ	ਕਣਕ
ਗਰਮ	ਖਰਚ	ਬਦਲ	ਨਰਮ

Exercise:-

Copy these sentences and write them out again in English.

ਅਕਲ ਕਰ । ਬਸ ਫੜ । ਜਲ ਗਰਮ ਕਰ । ਸਭ ਘਰ ਹਨ । ਖਰਚ ਕਰ ।

Work in pairs and write as many names of people using Mukta words.

e.g. ਰਮਨ

3. Write the meaning using the English equivalent of thePanjabi words.

ਲਤ		ਜਲ	
ਘਰ		ਰਸ	
ਦਸ		ਚਰਚ	
ਸਚ		ਬਸ	
ਸਨ		ਕਮਲ	

4. Draw a line to match the Panjabi word with its English equaivalent.

ਲਤ	find
ਨਕ	nose
ਮਟਰ	cucumber
ਜਨਮ	news
ਖਬਰ	Karan
ਗਰਮ	birth
ਕਣਕ	peas
ਕਰਨ	hot
ਤਰ	wheat
ਲਭ	leg

ਅੱਧਕ

ਅੱਧਕ Adhak is not a vowel symbol. It is used to emphasise the sound of the next letter to the one it is placed on in a word. It is placed at the top of the letter. It serves a very similar purpose to the double letters which emphasise the sound of some phonics in English words.

Example e**gg** , fi**dd**le, Di**pp**er Su**pp**er, Sto**pp**ed, Commi**tt**ed etc.

ਸੱਤ	ਨੱਕ	ਅੱਖ	
ਹੱਥ	ਪੱਗ	ਜੱਗ	
ਸੱਪ	ਅੱਠ	ਬੱਦਲ	

ਲੱਤ	ਲੱਕ	ਕੱਟ	ਨੱਚ
ਗੱਲ	ਅੱਜ	ਕੱਦ	ਛੱਤ
ਕੱਪ	ਛੱਡ	ਹੱਥ	ਘੱਟ
ਜੱਟ	ਹੱਸ	ਖੱਪ	ਸੱਟ
ਟੱਬਰ	ਲੱਕੜ	ਮੱਖਣ	ਪੱਥਰ

Write in front of the Panjabi words above their English equivalent.

ਅੱਧਕ

Write the English equivalents to the following Panjabi words:

	Panjabi	English
1	ਬਦਲ	
2	ਬੱਦਲ	
3	ਦਸ	
4	ਦੱਸ	
5	ਵਲ	
6	ਵੱਲ	
7	ਸਤ	
8	ਸੱਤ	
9	ਕਦ	
10	ਕੱਦ	
11	ਟੱਕਰ	
12	ਟਰੱਕ	
13	ਗਲ	
14	ਗੱਲ	

ਮੁਕਤਾ

ਗਰਦਨ

ਦਰੱਖਤ

ਸ਼ਲਗਮ

ਅਧਰਕ

ਬਰਤਨ

ਪਰਬਤ

ਸਰਕਸ

ਸ਼ਰਬਤ

ਅਫਸਰ

ਅਰਜਨ	ਹਰਮਨ	ਜਰਮਨ	ਸ਼ਲਗਮ
ਬਚਪਨ	ਸ਼ਰਬਤ	ਹਰਕਤ	ਪਰਬਤ
ਦਰਜਨ	ਕਸਰਤ	ਧੜਕਣ	ਦਸਖਤ

Copy these sentences in Panjabi and write the equivalent word in English.

1. ਅਧਰਕ ਕੱਟ ।

2. ਬਰਤਨ ਫੜ ।

3. ਜਰਮਨ ਚੱਲ ।

4. ਅੱਜ ਕਸਰਤ ਕਰ ।

5. ਅਰਜਨ ਸ਼ਲਗਮ ਕੱਟ ।

ਮੁਕਤਾ - ਅਭਿਆਸ

Fill in the blanks using the appropriate word
ਠੀਕ ਸ਼ਬਦ ਨਾਲ ਖਾਲੀ ਥਾਂ ਭਰੋ ।

Example:- ਅਮਰ <u>ਫਲ</u> ਕੱਟ । (ਫਲ / ਜਲ)

1. ਕਮਲ .... ਚੱਲ । (ਘੱਰ / ਪਰ)

2. ਅਰਜਨ .... ਕਰ ।(ਕਸਰਤ / ਫਲ)

3. ਖਰਚ .... ਕਰ । (ਘੱਟ / ਸੱਟ)

4. ਦਸ .... ਚੱਲ । (ਕਦਮ / ਕਮਲ)

5. ....ਗੱਲ ਦੱਸ । (ਸੱਚ / ਕੱਚ)

Copy and match the equivalent English sentence.

1	Reduce your expenses.	5 · ਫਲ ਕੱਟ ।
2	Hold hand.	3 ਲਸਣ ਘੱਟ ਵਰਤ ।
3	Use less garlic.	1 ਆਪਣਾ ਖਰਚ ਘੱਟ ਕਰ ।
4	Eat your food.	2 ਹੱਥ ਫੜ ।
5	Cut the fruit.	4 ਆਪਣਾ ਖਾਣਾ ਖਾ ।

Copy the following sentences and translate them into English.

1. ਹੱਥ ਫੜ ।

2. ਅਮਰ ਕਸਰਤ ਕਰ ।

3. ਕਰਨ ਬੱਸ ਫੜ ।

4. ਚਰਨ ਘਰ ਚੱਲ ।

5. ਸਭ ਘਰ ਹਨ ।

ਮੁਕਤਾ ਅਭਿਆਸ

Write the sentences below using their Panjabi equivalents:

1. Cut the fruit.

2. Fill the jug.

3. Go towards bus.

4. Tell the truth.

5. Count up to seven.

Fill in the blanks using the appropriate word:

ਠੀਕ ਸ਼ਬਦ ਨਾਲ ਖਾਲੀ ਥਾਂ ਭਰੋ ।

1. .... ਵੱਲ ਚੱਲ ।   (ਸੜਕ / ਮੜਕ)

2. ਸਭ .... ਹਨ ।   (ਕਰ / ਘਰ)

3. ਮਟਰ .... ਹਨ ।   (ਨਰਮ / ਭਰਮ)

4. ਅੱਗ .... ਕਰ ।   (ਘੱਟ / ਸੱਟ)

5. ਘਰ .... ਚੱਲ ।   (ਦਰ / ਵਲ)

6. ਭਜਨ .... ਫੜ ।   (ਹੱਥ / ਅੱਠ)

7. ਚਮਨ ਘੱਟ ....।   (ਬੱਸ / ਹੱਸ)

8. ਸ਼ਰਨ, ਗਲ ....।   (ਦਰ / ਕਰ)

9. ਸੱਚ ਸੱਚ .... ਦੱਸ ।   (ਗੱਲ / ਰਲ)

10. ਸ਼ਬਦ ਗਲਤ .... ।   (ਹਨ / ਮਨ)

Vowel Symbols and sounds in Panjabi

Mukta	Kanna	Sihari	Bihari	Laanv	Dolaavan	Ounker	Dulainker	Horaa	Kanoura
ਮੁਕਤਾ	◌ਾ	ਿ◌	◌ੀ	◌ੇ	◌ੈ	◌ੁ	◌ੂ	◌ੋ	◌ੌ
firm	car	sit	seat	wait	bat	book	boot	coat	cot
ਫ਼ਰਮ	ਕਾਰ	ਸਿਟ	ਸੀਟ	ਵੇਟ	ਬੈਟ	ਬੁੱਕ	ਬੂਟ	ਕੋਟ	ਕੌਟ
ਗਰਮ	ਤਾਰ	ਸਿਰ	ਪੀਣਾ	ਪੇਟ	ਪੈਦਾ	ਸੁਣ	ਲੂਣ	ਸੋਹਣਾ	ਮੌਤ

Use of Adhak ◌ੱ

It is a symbol that doubles the sound of the following letter and in many cases, completely changes the meaning of the word.

Without Adhak		With Adhak	
ਦਸ	ten	ਦੱਸ	tell
ਪਤਾ	address	ਪੱਤਾ	leaf
ਬਦਲ	change	ਬੱਦਲ	cloud
ਤਕੜੀ	strong (feminine)	ਤੱਕੜੀ	weighing scale

VOWEL SIGNS ਲਗਾਂ ਮਾਤ੍ਰਾਂ

There are nine vowel signs. Two of the vowel signs are positioned to the right of the letter, two below the letter, four above the letter and one to the left as shown below:-

Name	Symbol	Position	Sound	As In	Example
Kanna	◌ਾ	right	a	car	ਕਾਰ
Sihaaree	ਿ◌	left	i	fill	ਸਿਰ
Bihaaree	◌ੀ	right	ee	feel	ਸੀਟੀ
Aunkarh	◌ੁ	below	u	full	ਤੁਰ
Dulankarh	◌ੂ	below	oo	fool	ਸੂਟ
Laavn	◌ੇ	top	ai	pain	ਸ਼ੇਰ
Dulaavn	◌ੈ	top	a/e	pan / pen	ਪੈਰ
Horhaa	◌ੋ	top	o/oa	note / boat	ਕੋਟ
Kanaurhaa	◌ੌ	top	Ou/au	bought / caught	ਚੌਲ

With the exception of the first three letters ੳ ਅ and ੲ, all of the nine vowel signs can be attached to any consonant.

Example:-

	◌ਾ	ਿ◌	◌ੀ	◌ੁ	◌ੂ	◌ੇ	◌ੈ	◌ੋ	◌ੌ
ੳ				ਉ	ਊ			ਓ	
ਅ	ਆ						ਐ		ਔ
ੲ		ਇ	ਈ			ਏ			
ਸ	ਸਾ	ਸਿ	ਸੀ	ਸੁ	ਸੂ	ਸੇ	ਸੈ	ਸੋ	ਸੌ
ਹ	ਹਾ	ਹਿ	ਹੀ	ਹੁ	ਹੂ	ਹੇ	ਹੈ	ਹੋ	ਹੌ
ਕ	ਕਾ	ਕਿ	ਕੀ	ਕੁ	ਕੂ	ਕੇ	ਕੈ	ਕੋ	ਕੌ

ਕੰਨਾ

ਕੰਨਾ (Kanna) is a vowel sign.

It sounds like an, "a" as in c<u>a</u>r, b<u>a</u>r, t<u>a</u>r, j<u>a</u>r etc.

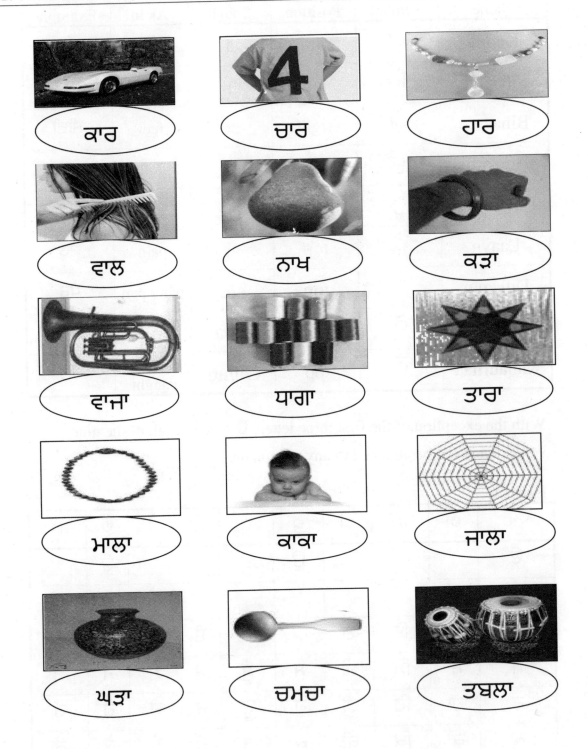

ਕਾਰ	ਚਾਰ	ਹਾਰ
ਵਾਲ	ਨਾਖ	ਕੜਾ
ਵਾਜਾ	ਧਾਗਾ	ਤਾਰਾ
ਮਾਲਾ	ਕਾਕਾ	ਜਾਲਾ
ਘੜਾ	ਚਮਚਾ	ਤਬਲਾ

ਕੰਨਾ

ਕਾਰ	ਸਾਗ	ਸਾਫ	ਫੜਾ
ਹਰਾ	ਭਰਾ	ਡਰਾ	ਸਾਰਾ
ਚਾਚਾ	ਮਾਮਾ	ਨਾਨਾ	ਕਾਕਾ
ਮਾਲਾ	ਕਾਲਾ	ਭਾਰਾ	ਰੱਸਾ
ਕਰਜ਼ਾ	ਖਰਾਬ	ਪਟਾਕਾ	ਆਰਾਮ

Make a meaningful sentence using the words given below.

Example: ਨਾ ਵਜਾ ਵਾਜਾ ।   ਵਾਜਾ ਨਾ ਵਜਾ ।
1. ਗਾ ਚਾਚਾ ਗਾਣਾ ।
2. ਗਰਮ ਚਾਹ ਕਰ ।
3. ਨਾ ਪਟਾਕਾ ਚਲਾ ।
4. ਖਾਣਾ ਆਪਣਾ ਖਾ ।
5. ਕੜਾ ਕਰਨ ਪਾ ।
6. ਕਮਰਾ ਕਰ ਸਾਫ ।
7. ਵੱਲ ਜਾ ਘਰ ।
8. ਲਾਲ ਫੜਾ ਕਾਕਾ ਮਾਲਾ ।
9. ਕਰ ਆਪਣਾ ਯਾਦ ਪਾਠ ।
10. ਅੱਜ ਫੜਾ ਅਖਬਾਰ ਦਾ ।

Write the English equivalent of these words

ਮਾਮਾ	ਚਾਚਾ	ਬਾਬਾ	ਦਾਦਾ	ਨਾਨਾ
Mother's brother				
ਭਰਾ	ਹਰਾ	ਕਾਲਾ	ਲਾਲ	ਅਨਾਰ

ਸਿਹਾਰੀ

ਸਿਹਾਰੀ (Sihari) is a vowel sign. It is placed before the letter but pronounced after the letter. It gives a **short** sound of "i" as in B<u>i</u>n, P<u>i</u>n, T<u>i</u>n B<u>i</u>ll….
Now make some of your own words using ਸਿਹਾਰੀ (Sihari)

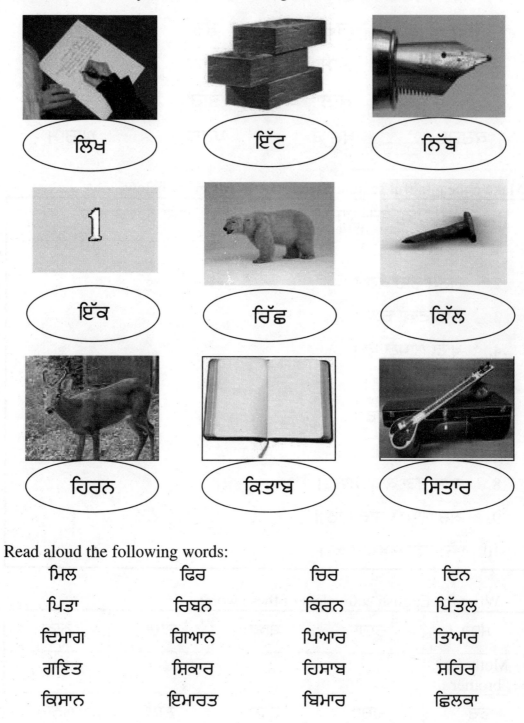

ਲਿਖ	ਇੱਟ	ਨਿੱਬ
ਇੱਕ	ਰਿੱਛ	ਕਿੱਲ
ਹਿਰਨ	ਕਿਤਾਬ	ਸਿਤਾਰ

Read aloud the following words:

ਮਿਲ	ਫਿਰ	ਚਿਰ	ਦਿਨ
ਪਿਤਾ	ਰਿਬਨ	ਕਿਰਨ	ਪਿੱਤਲ
ਦਿਮਾਗ	ਗਿਆਨ	ਪਿਆਰ	ਤਿਆਰ
ਗਣਿਤ	ਸ਼ਿਕਾਰ	ਹਿਸਾਬ	ਸ਼ਹਿਰ
ਕਿਸਾਨ	ਇਮਾਰਤ	ਬਿਮਾਰ	ਛਿਲਕਾ

ਸਿਹਾਰੀ

Copy the following sentences in Panjabi and write equivalent sentences in English.

1. ਕਿਰਨ ਰਿਬਨ ਫੜਾ ।

2. ਪਿਆਰ ਨਾਲ ਗੱਲ ਕਰ ।

3. ਸਾਫ ਸਾਫ ਲਿਖ ।

4. ਸਿਮਰਨ ਘਰ ਗਿਆ ।

5. ਸਨਿੱਚਰਵਾਰ ਸਿਨਮਾ ਨਾ ਜਾਹ ।

In the first space write the name of the pictures in Panjabi and in the second space write a sentence using it.

1. ਇਹ ਲਾਲ .... ਹੈ ।

ਵਾਕ ....

2. ਇਹ .... ਹੈ ।

ਵਾਕ ....

3. ਇਹ ਛਿ................. ਹੈ ।

ਵਾਕ ....

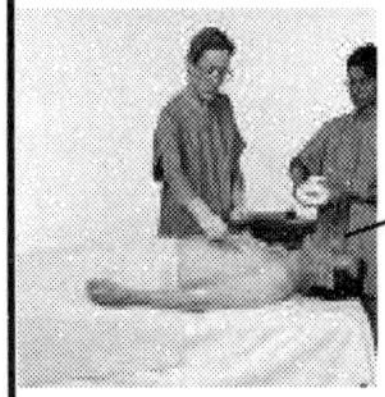

4. ਇਹ ਬਿ................. ਹੈ ।

ਵਾਕ ....

ਬਿਹਾਰੀ

ਬਿਹਾਰੀ (Bihari) is vowel sign. It is marked after the letter and pronounced after the letter. It gives a **long** sound of "e" as in S<u>ee</u>n, M<u>ea</u>n, L<u>ea</u>n, K<u>ee</u>n etc.

ਪਰੀ	ਘੜੀ	ਸੀਟੀ
ਪਾਣੀ	ਹਾਕੀ	ਹਾਥੀ
ਬਿੱਲੀ	ਟਾਈ	ਛਤਰੀ

Say the sounds of the following letters and vowels then copy and complete the table below:-							
Letter in Panjabi	Equivalent sound	Letter and vowel in Panjabi	Equivalent sound	Letter in Panjabi	Equivalent sound	Letter and vowel in Panjabi	Equivalent sound
ਸ	s	ਸੀ	See	ਪ		ਪੀ	
ਜ		ਜੀ		ਕ		ਕੀ	
ਧ		ਧੀ		ਮ		ਮੀ	

ਬਿਹਾਰੀ

Panjabi and English words are given in the grid. Write the missing words to complete the table:-							
Panjabi	Equivalent word	Panjabi	Equivalent word	Panjabi	Equivalent word	Panjabi	Equivalent word
ਨੀਟ	neat	ਹੀਟ		ਮੀਨ		ਬੀਟ	
ਸੀਟ		ਨੀਸ		ਮੀਟ		ਸਵੀਟ	
	seen		seem		team		teen

Now read aloud the following words:

ਤੀਰ	ਬੀਬੀ	ਭਾਬੀ	ਦਾਦੀ
ਨਾਨੀ	ਮਾਮੀ	ਮਾਸੀ	ਚਾਚੀ
ਹਰੀ	ਨੀਲੀ	ਚਿੱਟੀ	ਪੀਲੀ
ਹਾਥੀ	ਸਾਥੀ	ਹਾਕੀ	ਸੀਟੀ
ਲੜਕੀ	ਗਰਮੀ	ਸਰਦੀ	ਤਿੱਤਲੀ

	Write the meaning of the following words in Panjabi:		
1	Window	⟹	
2	Key	⟹	
3	Aunt	⟹	
4	Winter	⟹	
5	Picture	⟹	

ਬਿਹਾਰੀ

Write the English equivalent of these sentences:

	Panjabi	English
1	ਰਾਣੀ ਇੱਕ ਗੀਤ ਗਾ ।	
2	ਹਰੀ ਕਮੀਜ਼ ਪਾ ।	
3	ਸਰਦੀ ਵਿੱਚ ਚਾਹ ਪੀ ।	
4	ਇਹ ਬਿੱਲੀ ਕਾਲੀ ਹੈ ।	
5	ਮਾਸੀ ਆਈ ਮਠਿਆਈ ਲਿਆਈ।	

Make words using the letters below

ਖੀ / ਚੀ ਰ ↓ → / ਖੀਰ ਚੀਰ	ਬਾ / ਆ ਰੀ	ਆ / ਟਾ ਈ	ਚਾ ਚਾ / ਚੀ	ਵੀ / ਤੀ ਰ

Copy and complete the following table of gender

Male	Female
ਮਾਮਾ	ਮਾਮੀ
	ਤਾਈ
ਚਾਚਾ	
	ਦਾਦੀ
ਲੜਕਾ	
	ਮਾਸੀ
ਨਾਨਾ	

ਲਾਂਵ

ਲਾਂਵ (Laam) is a vowel. It sounds like 'a' or 'ai' as in c<u>a</u>ne, p<u>a</u>ne, l<u>a</u>ne, t<u>a</u>le, pain, main, rain etc.

Read some words using ਲਾਂਵ (Laam).

ਭੇਡ	ਸੇਬ	ਖੇਤ
ਮੇਜ਼	ਕੇਕ	ਤਾਰੇ
ਕੇਲਾ	ਪਲੇਟ	ਕਰੇਲਾ

Read the following words and write the English equivalent.

ਛੇ	ਭੇਡ	ਸੇਬ	ਸ਼ੇਰ
ਅਤੇ	ਖੇਤ	ਖੇਡ	ਤੇਜ
ਵੇਲਾ	ਮੇਲਾ	ਕੇਲਾ	ਮੇਰਾ
ਪੇਟ	ਚੇਲੇ	ਤੇਰੇ	ਸਵੇਰ

ਲਾਂਵ

1. Copy and complete the table below:-

Panjabi	English	Panjabi	English	Panjabi	English	Panjabi	English
ਫੇਕ	fake	ਟੇਕ		ਮੇਕ		ਸ਼ੇਕ	
ਡੇਟ		ਰੇਡ		ਮੇਡ		ਲੇਕ	
	make		rake				late

2. Match the words

station	ਮੇਰਾ
field	ਛੇ
six	ਤੇਲ
oil	ਸਟੇਸ਼ਨ
table	ਖੇਤ
mine	ਕੇਕ
apple	ਤਾਰੇ
cake	ਮੇਜ਼
stars	ਸੇਬ

ਲਾਂਵ

Match the phrases to make sentence

1	ਤਾਰੇ	A	ਖੇਡਦੇ ਹਨ ।	✓
2	ਮੇਲੇ	B	ਆਰਾਮ ਕਰਦੇ ਹਨ ।	✓
3	ਕੇਕ ਪਲੇਟ	C	ਅਤੇ ਚਮਚੇ ਪਏ ਹਨ ।	✓
4	ਬੱਚੇ ਪਾਰਕ ਵਿੱਚ	D	ਵਿੱਚ ਚੱਲ ।	
5	ਰਾਣੀ ਸਟੇਜ	E	ਸਾਫ ਕਰ ।	✓
6	ਕਮਰੇ ਵਿੱਚ ਮੇਰੇ ਦਾਦਾ ਜੀ	F	ਪੱਤੇ ਹਰੇ ਹਨ ।	✓
7	ਕੱਪੜੇ ਅਲਮਾਰੀ	G	ਚਮਕਦੇ ਹਨ ।	✓
8	ਕਮਰੇ ਦਾ ਫਰਸ਼	H	ਤੇ ਨੱਚ ।	✓
9	ਦਰੱਖਤ ਦੇ	I	ਵਿੱਚ ਲਟਕਦੇ ਹਨ ।	
10	ਮੇਜ਼ ਤੇ ਪਲੇਟਾਂ	J	ਵਿੱਚ ਰੱਖ ।	✓

ਦੁਲਾਵਾਂ

ਦੁਲਾਵਾਂ gives a **long** sound of "a" as in can, pan, ran, fan.

Make some words using the sound 'a' as in man and write these words in Panjabi using ਦੁਲਾਵਾਂ (Dulavaan).

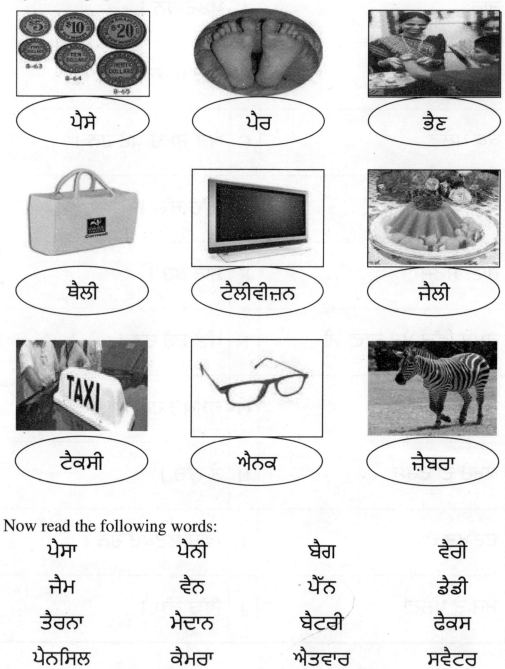

ਪੈਸੇ

ਪੈਰ

ਭੈਣ

ਥੈਲੀ

ਟੈਲੀਵੀਜ਼ਨ

ਜੈਲੀ

ਟੈਕਸੀ

ਐਨਕ

ਜ਼ੈਬਰਾ

Now read the following words:

ਪੈਸਾ	ਪੈਨੀ	ਬੈਗ	ਵੈਰੀ
ਜੈਮ	ਵੈਨ	ਪੈੱਨ	ਡੈਡੀ
ਤੈਰਨਾ	ਮੈਦਾਨ	ਬੈਟਰੀ	ਫੈਕਸ
ਪੈਨਸਿਲ	ਕੈਮਰਾ	ਐਤਵਾਰ	ਸਵੈਟਰ

Rewrite the words above with their phonetic sounds. Example: ਪੈਸਾ = PaiSa and their English equivalent.

ਦੁਲਾਵਾਂ

Read and match the sentences from both lists and write English version in front of the Panjabi version.

1. ਅੱਜ ਐਤਵਾਰ ਹੈ ।

2. ਵੈਨ ਵੱਡੀ ਹੈ ।

3. ਆਪਣੇ ਮੈਲੇ ਪੈਰ ਸਾਫ ਕਰ ।

4. ਮੇਰੀ ਭੈਣ ਟੈਲੀਵੀਜ਼ਨ ਦੇਖਦੀ ਹੈ ।

5. ਜਰਨੈਲ, ਕੈਮਰਾ ਬੈਗ ਵਿੱਚ ਪਾ ।

6. ਮੇਰੇ ਬੈਂਕ ਵਿੱਚ ਬਹੁਤ ਪੈਸੇ ਹਨ ।

7. ਪਿਛਲੇ ਸਾਲ ਮੈਂ ਪੈਰਿਸ ਗਈ ਸੀ ।

8. ਭਾਰਤ ਮੈਚ ਜਿੱਤ ਗਿਆ ।

9. ਸ਼ੈਲੀ ਮੇਰੀ ਐਨਕ ਲਿਆ ।

10. ਇਹ ਮੇਰੇ ਡੈਡੀ ਦਾ ਸਵੈਟਰ ਹੈ ।

A. India won the match.

B. I have lot of money in the bank.

C. My sister is watching the television.

D. Bring my glasses Shally.

E. Last year I went to Paris.

F. It is Sunday today.

G. Jarnail, put the camera in the bag.

H. This is my dad's sweater.

I. The van is big.

J. Clean your dirty feet.

ਔਂਕੜ

ਔਂਕੜ (Ounkarh) is a vowel it is placed under the letter. It gives a short sound of 'u' as in put, and 'oo' as in hook, took, book etc.

ਬੁੱਕ

ਫੁੱਲ

ਰੁੱਖ

ਕੁੱਤਾ

ਕੁਰਸੀ

ਕੁਕੜੀ

ਰੁਮਾਲ

ਜੁਰਾਬ

ਗੁਲਾਬ

ਔਂਕੜ

Now learn the following words:			
ਜੁਰਾਬ	ਰੁਮਾਲ	ਕੁੜਤਾ	ਦੁੱਖ
ਫੁਲਕਾਰੀ	ਸ਼ੁੱਕਰਵਾਰ	ਦੁਕਾਨ	ਸੁੱਖ
ਕੁਲਫੀ	ਬੁੱਧਵਾਰ	ਗੁਰਮੇਲ	ਭੁੱਖ

Write the English equivalent of these words

Example:- ਜੁਰਾਬ sock

ਅੱਖਰ ਜੋੜ ਕੇ ਸ਼ਬਦ ਬਣਾਓ ।

ਉਦਾਹਰਣ:-	ਉ	+	ਠ	=	ਉਠ			
1	ਕੁ	+	ੜੀ	=				
2	ਰੁ	+	ਮਾ	+	ਲ	=		
3	ਸੁ	+	ਗਾ	+	ਤ	=		
4	ਮੁ	+	ਆ	+	ਫ	=		
5	ਸੁ	+	ਰ	+	ਜੀ	+	ਤ	=

Fill in the blanks:

1. ਕੁਰਸੀ .... ਕਰ । (ਸਾਫ / ਸਾਥ)
2. ਸ਼ੁੱਕਰਵਾਰ .... ਜਾਹ । (ਕਰਨ / ਤਰਨ)
3. ਲਾਲ ਫੁੱਲਕਾਰੀ .... ਲੱਗਦੀ ਹੈ । (ਸੁਹਣੀ / ਮਾੜੀ)
4. ਗਰਮੀ ਵਿੱਚ ਕੁਲਫੀ .... । (ਰਾਹ / ਖਾਹ)
5. ਪਜਾਮੇ ....ਕੁੜਤਾ ਪਾ । (ਨਾਲ / ਵਾਲ)

ਦੁਲੈਂਕੜ

ਦੁਲੈਂਕੜ (Duklankrh) are two lines placed under the letter. It gives sound of "oo" as in cool, stool, pool, fool etc.

ਊਠ

ਸੂਰ

ਸੂਟ

ਆਲੂ

ਭਾਲੂ

ਚੂਹਾ

ਕਬੂਤਰ

ਅਮਰੂਦ

ਖਰਬੂਜ਼ਾ

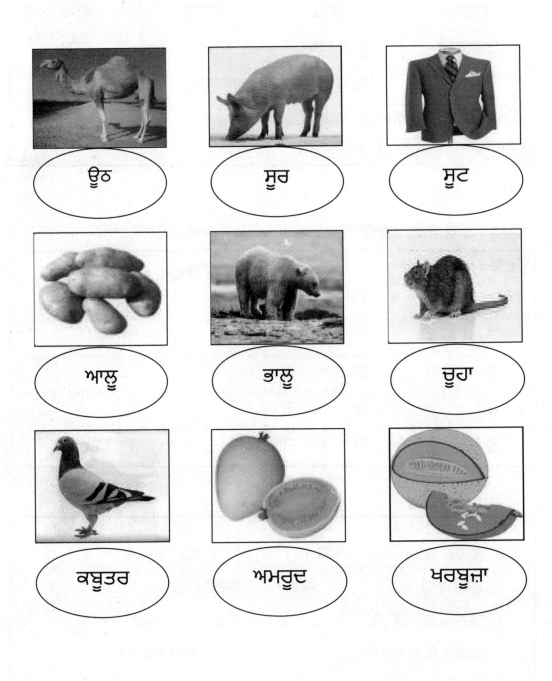

ਦੁਲੈਂਕੜ

Now learn the following words:-

ਬੂਟ	ਸੂਟ	ਜੂਠ	ਝੂਠ
ਜੂਸ	ਗੁਰੂ	ਸ਼ੁਰੂ	ਆਲੂ
ਆੜੂ	ਝਾੜੂ	ਮੂਰਤ	ਸਕੂਲ
ਸੂਰਜ	ਸਕੂਟਰ	ਤਰਬੂਜ਼	ਮਜ਼ਦੂਰ

Copy the words and write the English equivalent. Example:-

ਬੂਟ = Boot = Shoe / Boot

Fill in the correct word (by selecting one of two from inside the brackets) to make a meaningful sentence and then translate each of the following sentences into English:-

1. ਸਲਾਦ ਵਿੱਚ .... ਚੀਰ । (ਮੂਲੀ, ਸੂਲੀ)

2. ਸਰੂਪ .... ਦੀ ਸਬਜ਼ੀ ਬਣਾ । (ਆਲੂ, ਕਾਲੂ)

3. ਰਾਜੂ ਸੁਹਣਾ ਸੂਟ ਪਾ ਕੇ .... ਜਾਹ । (ਸਟੂਲ, ਸਕੂਲ)

4. .... ਨਾਲ ਖਰਬੂਜ਼ਾ ਕਟ । (ਚਾਕੂ, ਆੜੂ)

5. ਭੂਆ ਆਈ ...... ਲਿਆਈ । (ਸੂਟ, ਬੂਟ)

ਦੁਲੈਂਕੜ

Use the letters with the vowels to make a word.

Example:

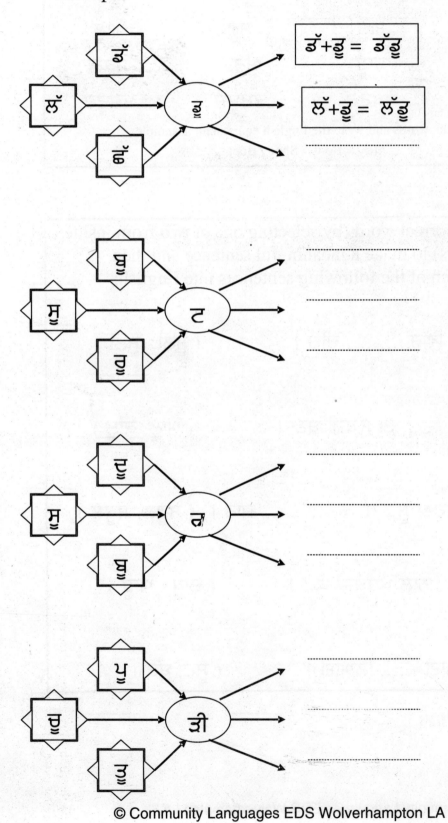

ਡੱ
ਲੱ
ਡੂ
ਡੱ+ਡੂ = ਡੱਡੂ
ਲੱ+ਡੂ = ਲੱਡੂ

ਹੋੜਾ

ਹੋੜਾ (Horha) is a sign '◌ੋ' which is attached at the top of the letter. It gives a long sound of "o" as in m**o**re, n**o**te, wr**o**te, and 'oa' as in c**oa**t, b**oa**t, fl**oa**t etc.

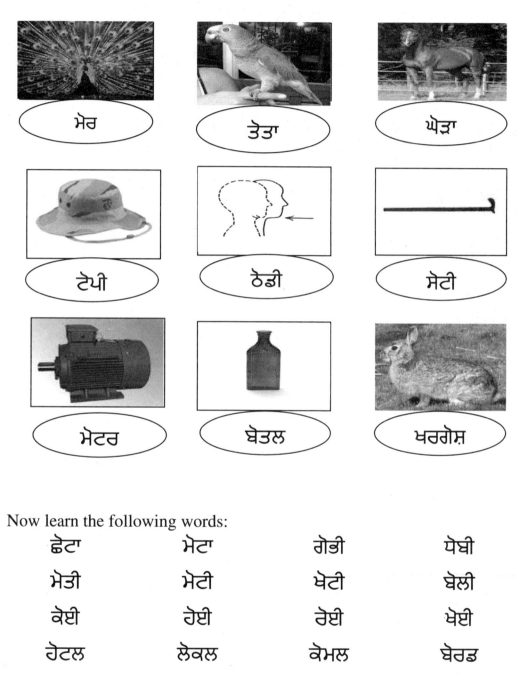

ਮੋਰ

ਤੋਤਾ

ਘੋੜਾ

ਟੋਪੀ

ਠੋਡੀ

ਸੋਟੀ

ਮੋਟਰ

ਬੋਤਲ

ਖਰਗੋਸ਼

Now learn the following words:

ਛੋਟਾ	ਮੋਟਾ	ਗੋਭੀ	ਧੋਬੀ
ਮੋਤੀ	ਮੋਟੀ	ਖੋਟੀ	ਬੋਲੀ
ਕੋਈ	ਹੋਈ	ਰੋਈ	ਖੋਈ
ਹੋਟਲ	ਲੋਕਲ	ਕੋਮਲ	ਬੋਰਡ

Rewrite the above words with their phonetic sounds. Example:- ਛੋਟਾ ChoTa

ਹੋੜਾ

Fill in the blanks using the picture clues.

1 .... ਨੱਚ ਰਿਹਾ ਹੈ ।

2 .... ਹਰਾ ਹੈ ।

3 .... ਤੇਜ਼ ਦੌੜਦਾ ਹੈ ।

4 ਮੇਰੀ .... ਲਾਲ ਹੈ ।

5 ਮੇਰਾ ਦੋਸਤ .... ਹੈ ।

6 ਜੋਤੀ .... ਬਣਾ ।

7 ਸੋਨੇ ਦਾ .... ਪਾ ।

8 ਮੁੰਡਾ .... ਵਜਾ ਰਿਹਾ ਹੈ ।

9 .... ਦੀ ਸਬਜ਼ੀ ਸੁਆਦ ਹੈ ।

10 .... ਵਿੱਚ ਪਾਣੀ ਹੈ ।

ਕਨੌੜਾ

ਕਨੌੜਾ (Knaurha) is a sign '◌ੌ' which is placed on the top of a letter. It produces a long sound of "ou" as in thought, caught, brought, bought etc. Read some Panjabi words using ਕਨੌੜਾ (Knaurha).

ਸੌ	ਫੌਜੀ	ਕੌਲੀ
ਪੌੜੀ	ਧੌਣ	ਚੌਵੀ
ਹਥੌੜੀ	ਖਿਡੌਣਾ	ਪਸਤੌਲ

Read, copy and write the meanings of the following words.

ਫੌਜ	ਕੌਣ	ਦੌੜ	ਚੌਲ
ਪੌਦਾ	ਜੌੜਾ	ਸੌਣਾ	ਪੌਣਾ
ਰੌਲਾ	ਕੌੜੀ	ਸੌਰੀ	ਹੌਲੀ
ਔਰਤ	ਮੌਸਮ	ਪਕੌੜੇ	ਤੌਲੀਆ

ਕਨੌੜਾ

2. Match the pharases and rewrite the sentences	
ਸਮੋਸੇ	ਕੌੜੇ ਹਨ ।
ਪਕੌੜੇ	ਗਰਮ ਹੈ ।
ਤੌਲੀਆ	ਖਿਡੌਣੇ ਲਿਆਏ।
ਆਲੂ ਵਾਲਾ ਪਰੌਠਾ	ਬੈਠੇ ਹਨ ।
ਮਾਮਾ ਜੀ ਆਏ ਮੇਰੇ ਲਈ	ਠੰਡਾ ਹੁੰਦਾ ਹੈ ।
ਜੰਗਲ ਵਿੱਚ ਫੌਜੀ	ਸੁਆਦ ਹਨ ।
ਇੰਗਲੈਂਡ ਦਾ ਮੌਸਮ	ਗਿੱਲਾ ਹੈ ।

Write your own sentences using the words from the list below:

ਪਕੌੜਾ ਚੌਰ ਕੌਰ ਸ਼ੌਲ ਦੌੜੀ ਸੌਗੀ ਸੌਖਾ ਔਖਾ ਹੌਲਾ ਬੌਕਸ

ਟਿੱਪੀ

ਟਿੱਪੀ (tipy) is a semicircle sign placed in between two letters. It gives a nasal sound almost ½ the length of "N".

Choose the right word from the list and label the pictures. Then make sentences using the words.

ਅੰਬ, ਕੰਘਾ, ਨਿੰਬੂ, ਪੰਜ, ਝੰਡਾ, ਕੰਨ, ਮੁੰਦਰੀ, ਦੰਦ, ਖੰਡਾ, ਅੰਗੂਰ

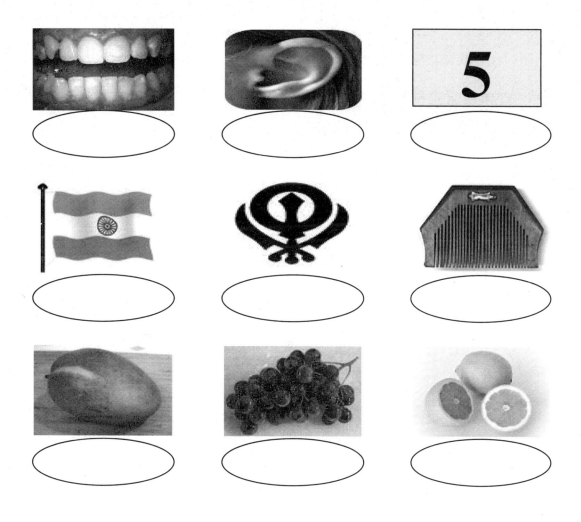

ਟਿੱਪੀ

Read and copy the following words:

ਨੂੰ	ਨੂੰਹ	ਕੰਮ	ਕੰਧ
ਪਿੰਡ	ਸਿੰਘ	ਰੰਗ	ਖੰਗ
ਅੰਦਰ	ਲੰਗਰ	ਰਹਿੰਦਾ	ਕਹਿੰਦਾ
ਇੰਜਣ	ਪਤੰਗ	ਘੁੰਗਰੂ	ਮੰਗਲਵਾਰ

Find the following words in the grid below:

ਪੰਜਾਬ ਮੂੰਹ ਕੰਨ ਚੰਦ ਵੰਗ ਦੰਦ ਖੰਡ ਖੰਘ ਅੰਬ ਇੰਜਣ ਅੰਦਰ
ਮੰਗਲਵਾਰ ਪੰਜ ਘੁੰਗਰੂ ਕਹਿੰਦਾ ਪੰਜਾਬੀ ਰਹਿੰਦੇ ਪਿੰਜਣੀ ਮੁੰਡਾ ਲੰਗਰ

	A	B	C	D	E	F	G	H
1	ਹਿੰ	ਰੂ	ਅੰ	ਮੰ	ਗ	ਲ	ਵਾ	ਰ
2	ਪੰ	ਘੁੰ	ਬ	ਲੰ	ਚੰ	ਦੰ	ਹਿੰ	ਮੁੰ
3	ਮੂੰ	ਜਾ	ਲੰ	ਅੰ	ਦ	ਰ	ਖੰ	ਗ
4	ਪੰ	ਹਿੰ	ਬੀ	ਹਿੰ	ਘੁੰ	ਖੰ	ਡ	ਗ
5	ਮੂੰ	ਜ	ਲੰ	ਇੰ	ਘੁੰ	ਘ	ਰੂ	ਵੰ
6	ਹ	ਰ	ਪਿੰ	ਜ	ਈ	ਕੰ	ਨ	ਘੁੰ
7	ਕ	ਹਿੰ	ਦਾ	ਣ	ਰੂ	ਮੁੰ	ਹਿੰ	ਮੁੰ
8	ਰੂ	ਦੇ	ਮੁੰ	ਡਾ	ਬੀ	ਲੰ	ਗ	ਰ

ਬਿੰਦੀ (Bindi)

ਬਿੰਦੀ (bindi) is a dot sign marked in between two letters. It gives a nasal sound half the length of "N".

ਦੱਸੋ ਮੈਂ ਕੀ ਹਾਂ ?

1. ਮੈਂ ਕਾਲੇ ਰੰਗ ਦਾ ਪੰਛੀ ਹਾਂ । ਮੈਂ ਕਾਂ ਕਾਂ ਕਰਦਾ ਹਾਂ ।
2. ਮੈਂ ਕਾਲੇ ਰੰਗ ਦਾ ਪੰਛੀ ਹਾਂ । ਮੇਰੀ ਅਵਾਜ਼ ਬਹੁਤ ਮਿੱਠੀ ਹੈ ।
3. ਮੈਂ ਇਕ ਪੰਛੀ ਹਾਂ । ਮੈਂ ਬੋਲਣਾ ਸਿੱਖ ਸਕਦਾ ਹਾਂ । ਮੇਰਾ ਰੰਗ ਹਰਾ ਹੁੰਦਾ ਹੈ ।
4. ਮੈਂ ਇੱਕ ਫਲ ਹਾਂ । ਮੈਂ ਨਰਮ ਹਾਂ । ਮੈਂ ਪੀਲੇ ਰੰਗ ਦੀ ਹਾਂ । ਮੇਰਾ ਸੁਆਦ ਮਿੱਠਾ ਹੈ ।
5. ਮੈਂ ਸਬਜ਼ੀ ਹਾਂ । ਮੈਂ ਹਰੇ ਰੰਗ ਦੀ ਹਾਂ । ਮੇਰੇ ਵਿੱਚ ਦਾਣੇ ਹਨ । ਮੇਰੇ ਛਿਲਕੇ ਕੋਈ ਕੰਮ ਨਹੀਂ ਆਉਂਦੇ ।
6. ਮੈਂ ਸਬਜ਼ੀ ਹਾਂ । ਮੈਂ ਚਿੱਟੇ ਰੰਗ ਦੀ ਹਾਂ । ਮੇਰੇ ਉੱਪਰ ਹਰੇ ਪੱਤੇ ਹਨ । ਮੈਂ ਫੁੱਲ ਵਾਂਗ ਖਿੜਦੀ ਹਾਂ
7. ਮੈਂ ਲੰਬੀ ਹਾਂ । ਮੈਂ ਧਰਤੀ ਅੰਦਰ ਉੱਗਦੀ ਹਾਂ । ਮੈਂ ਚਿੱਟੇ ਰੰਗ ਦੀ ਹਾਂ । ਮੇਰੇ ਉੱਪਰ ਹਰੇ ਪੱਤੇ ਹਨ । ਮੈਨੂੰ ਸਲਾਦ ਵਿੱਚ ਕੱਟ ਕੇ ਖਾਂਦੇ ਹਨ । ਮੇਰਾ ਪਰੌਂਠਾ ਵੀ ਬਣਾਂ ਲੈਂਦੇ ਹਨ ।
8. ਮੈਂ ਲੰਬੀ ਹਾਂ । ਮੇਰੇ ਉੱਪਰ ਹਰੇ ਪੱਤੇ ਹਨ । ਮੈਨੂੰ ਸਲਾਦ ਵਿੱਚ ਕੱਟ ਕੇ ਖਾਂਦੇ ਹਨ । ਮੈਂ ਧਰਤੀ ਅੰਦਰ ਉੱਗਦੀ ਹਾਂ । ਮੈਂ ਸਬਜ਼ੀ ਹਾਂ । ਮੈਂ ਸੰਗਤਰੀ ਰੰਗ ਦੀ ਹਾਂ।
9. ਮੈਂ ਲਕੜੀ ਦਾ ਬਣਿਆਂ ਹੋਇਆ ਹਾਂ । ਮੈਂ ਫਰਨੀਚਰ ਹਾਂ । ਮੇਰੀਆਂ ਚਾਰ ਲੱਤਾਂ ਹਨ । ਮੇਰੇ ਉੱਪਰ ਚੀਜ਼ਾਂ ਰੱਖੀਆਂ ਜਾਂਦੀਆਂ ਹਨ ।
10. ਮੈਂ ਲਕੜੀ ਦਾ ਬਣਿਆਂ ਹੋਇਆ ਹਾਂ। ਮੈਂ ਫਰਨੀਚਰ ਹਾਂ । ਮੇਰੀਆਂ ਚਾਰ ਲੱਤਾਂ ਹਨ । ਮੇਰੇ ਉੱਪਰ ਬੈਠਦੇ ਹਨ ।
11. ਮੈਂ ਜੰਗਲ ਵਿੱਚ ਰਹਿੰਦਾ ਹਾਂ । ਮੇਰੀਆਂ ਚਾਰ ਲੱਤਾਂ ਹਨ । ਮੇਰੀਆਂ ਦੋ ਅੱਖਾਂ ਹਨ । ਜੰਗਲ ਦਾ ਰਾਜਾ ਹਾਂ ।

Building words

Re-arrange the letters and their vowels signs to make meaningful words.

	jumbled up		correct word	hints
Example	ਸੀ, ਕੁ , ਰ	=	ਕੁਰਸੀ	chair
1.	ੜ, ਰ, ਬ	=		rubber
2.	ੜੀ , ਘ	=		clock
3.	ਨ, ਸਿ, ਲ, ਪੈਁ	=		pencil
4.	ਲ, ਰੀ, ਮਾ, ਅ	=		cupboard
5.	ਬ, ਤਾ, ਕਿ	=		book
6.	ਪੀ, ਕਾ	=		exercise book
7.	ਨ, ਪੈਁ	=		pen
8.	ਜ਼, ਮੇ	=		table
9.	ਚੀ, ਕੈਂ	=		scissors
10.	ਡ, ਬੋ, ਰ	=		board
11.	ਕ, ਸ, ਡੈ	=		desk
12.	ਰ, ਰੂ, ਲ	=		ruler

Read and sort out the word list below. Are they; an item of furniture or an item of fruit? Choose and tick the correct answer.

		A	B
		ਫਲ	ਫਰਨੀਚਰ
1	ਮੇਜ਼		✓
2	ਕੇਲਾ		
3	ਸੰਤਰਾ		
4	ਕੁਰਸੀ		
5	ਸੇਬ		
6	ਡੈਸਕ		
7	ਅੰਗੂਰ		
8	ਬੈਂਚ		
9	ਖਰਬੂਜ਼ਾ		
10	ਨਾਸ਼ਪਾਤੀ		

Read and sort out the words below. Are they; an item of food, colour or a family member? Choose and tick the correct answer.

		 ਖਾਣਾ	 ਪਰਿਵਾਰ	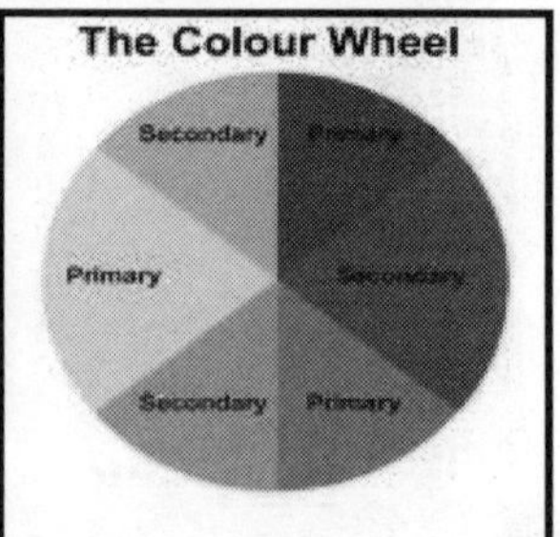 ਰੰਗ
1	ਚੌਲ	✓		
2	ਮਾਤਾ			
3	ਹਰਾ			
4	ਕੁਲਫੀ			
5	ਰੋਟੀ			
6	ਕਾਲਾ			
7	ਨੀਲਾ			
8	ਚਾਚਾ			
9	ਭਰਾ			
10	ਪੀਲਾ			

Read and sort out the words below. Are they an item of food to eat, clothes or a drink? Choose and tick the correct answer.

		 ਖਾਣ ਲਈ	 ਕੱਪੜੇ	 ਪੀਣ ਲਈ
1	ਜੂਸ			✓
2	ਕਮੀਜ਼			
3	ਪੀਜ਼ਾ			
4	ਪਾਣੀ			
5	ਦੁੱਧ			
6	ਸੂਟ			
7	ਸਮੋਸਾ			
8	ਕੋਟੀ			
9	ਕੇਕ			
10	ਪਜਾਮਾ			

Read the list of words in column 'A' and match with the picture in column 'B' by drawing a line. The first one is done for you.

	A
1	ਜਹਾਜ਼
2	ਟੈਲੀਫ਼ੂਨ
3	ਘੜੀ
4	ਤਾਰਾ
5	ਲਿਫਾਫਾ
6	ਹੱਥ
7	ਕੈਂਚੀ
8	ਪੈਨਸਿਲ
9	ਝੰਡਾ
10	ਮੋਮਬੱਤੀ

B

Guess the answer		
Theme	Question	Answer
ਪਰਿਵਾਰ	ਤੁਹਾਡੇ ਪਰਿਵਾਰ ਵਿੱਚ ਕੌਣ ਕੌਣ ਹੈ ?	
	ਤੁਹਾਡੇ ਭਰਾ ਦਾ ਸੁਭਾਅ ਕਿਸ ਤਰ੍ਹਾਂ ਦਾ ਹੈ ?	• ਮੇਰੇ ਭਰਾ ਦਾ ਸੁਭਾਅ ਬਹੁਤ ਹੀ ਹੱਸਮੁਖ ਹੈ । • ਉਹ ਹਰ ਵੇਲੇ ਮਜ਼ਾਕ ਕਰਦਾ ਰਹਿੰਦਾ ਹੈ ।
	ਆਪਣੇ ਪਿਤਾ ਜੀ ਬਾਰੇ ਕੁਝ ਦੱਸੋ ?	
	ਤੁਸੀਂ ਆਪਣੇ ਬਾਰੇ ਕੁਝ ਦੱਸੋ ?	

Guess the question		
Theme	Question	Answer
ਪਰਿਵਾਰ		ਮੇਰੇ ਪਰਿਵਾਰ ਵਿੱਚ ਮੇਰੇ ਮਾਤਾ, ਪਿਤਾ, ਭੈਣ ਅਤੇ ਭਰਾ ਹਨ ।
		• ਮੇਰੇ ਭਰਾ ਦਾ ਸੁਭਾਅ ਬਹੁਤ ਹੀ ਹੱਸਮੁਖ ਹੈ । • ਉਹ ਹਰ ਵੇਲੇ ਮਜ਼ਾਕ ਕਰਦਾ ਰਹਿੰਦਾ ਹੈ ।
		• ਮੇਰੇ ਪਿਤਾ ਜੀ ਨਰਮ ਸੁਭਾਅ ਦੇ ਹਨ । • ਉਹ ਖੁਸ਼ ਹੀ ਰਹਿੰਦੇ ਹਨ ਪਰ ਜਦ ਉਹ ਥੱਕੇ ਹੁੰਦੇ ਹਨ ਤਾਂ ਜਲਦੀ ਗੁੱਸੇ ਹੋ ਜਾਂਦੇ ਹਨ।

Days of the week	ਹਫ਼ਤੇ ਦੇ ਦਿਨ	
English	Panjabi	pronunciation
Monday	ਸੋਮਵਾਰ	soamvaar
Tuesday	ਮੰਗਲਵਾਰ	mangalvaar
Wednesday	ਬੁੱਧਵਾਰ	budhvaar
Thursday	ਵੀਰਵਾਰ	veervaar
Friday	ਸ਼ੁੱਕਰਵਾਰ	shukkarvaar
Saturday	ਸਨਿੱਚਰਵਾਰ	sanicharvaar
Sunday	ਐਤਵਾਰ	aaitvaar

Write at least one thing that you do each day.

ਸੋਮਵਾਰ ਨੂੰ ਮੈਂ ਫੁੱਟਬਾਲ ਖੇਡਦਾ ਹਾਂ।

1. ਮੰਗਲਵਾਰ ਨੂੰ ਮੈਂ .... ।
2. ਬੁੱਧਵਾਰ ਨੂੰ ਮੈਂ .... ।
3. ਵੀਰਵਾਰ ਨੂੰ ਮੈਂ .... ।
4. ਸ਼ੁੱਕਰਵਾਰ ਨੂੰ ਮੈਂ .... ।
5. ਸਨਿੱਚਰਵਾਰ ਨੂੰ ਮੈਂ .... ।
6. ਐਤਵਾਰ ਨੂੰ ਮੈਂ .... ।

Search for the seven days of the week

ਸੋਮਵਾਰ, ਮੰਗਲਵਾਰ, ਬੁੱਧਵਾਰ, ਵੀਰਵਾਰ, ਸ਼ੁੱਕਰਵਾਰ, ਸਨਿੱਚਰਵਾਰ, ਐਤਵਾਰ

ਕ	ਗ	ਪ	ਿ◌	◌ਾ	ਸ਼	ਨ	◌ੈ	ਪ	◌ਾ	ਤ
ਹ	ਕ	◌ੀ	ਰ	ਬ	◌ੁ	◌ੱ	ਧ	ਵ	◌ਾ	ਰ
◌੍	ਵ	◌ਾ	ਹ	ਬ	ਕੱ	ਵ	◌ਾ	◌ੀ	ਬ	◌ੁ
ਸ	ਿ◌	ਨ	◌ੱ	ਚ	ਰ	ਵ	◌ਾ	ਰ	ਪ	ਰ
◌ੁ	ਰ	ਰ	ਕ	ਰ	ਵ	ਰ	ਪ	ਵ	ਕ	ਕ
ਰ	ਸ	◌ੋ	ਮ	ਵ	◌ਾ	ਰ	ਲ	◌ਾ	ਰ	ਗ
ਕ	ਸ	ਕ	◌ੰ	ਸ	ਰ	ਸ	ਰ	ਰ	ਕ	ਰ
ਗ	ਵ	◌ਾ	ਗ	ਰ	ਰ	ਕ	ਰ	ਬ	ਗ	ਅ
ਰ	ਵ	ਪ	ਲ	ਸ	ਰ	ਰ	ਕ	ਰ	ਰ	ਤ
ਅ	◌ੈ	ਤ	ਵ	◌ਾ	ਰ	ਨ	ਚ	◌ੁ	ਅ	◌ੀ
ਤ	ਨ	ਚ	◌ਾ	ਿ◌	ਰ	ਰ	ਕ	ਰ	ਤ	ਪ
◌ੀ	ਕ	◌ੈ	ਰ	◌ਾ	ਚ	ਰ	ਵ	◌ਾ	ਰ	ਪ

Months of the year		ਸਾਲ ਦੇ ਮਹੀਨੇ
English	Panjabi	pronunciation
January	ਜਨਵਰੀ	janvaree
February	ਫਰਵਰੀ	farvaree
March	ਮਾਰਚ	maarch
April	ਅਪਰੈਲ	aprail
May	ਮਈ	maee
June	ਜੂਨ	joon
July	ਜੁਲਾਈ	julaaee
August	ਅਗਸਤ	agast
September	ਸਤੰਬਰ	satambar
October	ਅਕਤੂਬਰ	aktoober
November	ਨਵੰਬਰ	navambar
December	ਦਸੰਬਰ	dasambar

Occupations ਕਿੱਤੇ

Draw a line to match the profession with the description of work

Description of work		Professions
The person who prescribes medicine		ਅਧਿਆਪਕ
The person who makes wooden furniture items		ਨਰਸ
The person who looks after patients		ਡਾਕਟਰ
The person who delivers letters		ਤਰਖਾਣ
The person who represents cases in courts		ਡਾਕੀਆ
The person who makes items of clothing		ਵਕੀਲ
The person who teaches children		ਕਿਸਾਨ
The person who works on a farm		ਦਰਜ਼ੀ
The person who cuts and dresses hair		ਨਾਈ

Relations   ਰਿਸ਼ਤੇ

Draw a line to match the Panjabi word with English equivalent.

English		Panjabi
grandad		ਮਾਤਾ
grandmother		ਪਤੀ
father		ਪਤਨੀ
mother		ਭੈਣ
brother		ਦਾਦੀ
sister		ਪੁੱਤਰੀ
son		ਪੁੱਤਰ
daughter		ਭਰਾ
husband		ਦਾਦਾ
wife		ਪਿਤਾ

Copy and complete using the correct relations in Panjabi

ਮਾਤਾ ਦੀ ਮਾਤਾ   ਨਾਨੀ ਜੀ

1. ਮਾਤਾ ਦੇ ਪਿਤਾ   _____

2. ਮਾਤਾ ਦੀ ਭੈਣ   _____

3. ਮਾਤਾ ਦਾ ਭਰਾ   _____

4. ਪਿਤਾ ਦੀ ਮਾਤਾ   _____

5. ਪਿਤਾ ਦੇ ਪਿਤਾ   _____

6. ਪਿਤਾ ਦੀ ਭੈਣ   _____

7. ਪਿਤਾ ਦਾ ਛੋਟਾ ਭਰਾ   _____

8. ਪਿਤਾ ਦੇ ਛੋਟੇ ਭਰਾ ਦੀ ਪਤਨੀ _____

9. ਪਿਤਾ ਦਾ ਵੱਡਾ ਭਰਾ   _____

10. ਪਿਤਾ ਦੇ ਵੱਡੇ ਭਰਾ ਦੀ ਪਤਨੀ _____

11. ਮਾਤਾ ਦੇ ਭਰਾ ਦੀ ਪਤਨੀ   _____

12. ਪਤੀ ਜਾਂ ਪਤਨੀ ਦੀ ਮਾਤਾ   _____

13. ਪਤੀ ਜਾਂ ਪਤਨੀ ਦੇ ਪਿਤਾ   _____

Fill in the blank spaces using the appropriate word. Only <u>one</u> word is appropriate of the two words given underneath the sentence.

1 ਆਪਣੇ ਘਰ ਦਾ ਪੂਰਾ ------------------ ਲਿਖੋ ।

(1) ਪੱਤਾ

(2) ਪਤਾ

2 ਇਹ ਕੱਪੜਾ------------------ ਰਪਏ ਮੀਟਰ ਹੈ ।

(1) ਅੱਸੀ

(2) ਅਸੀਂ

3 ਮੇਰਾ ------------------ ਦੁਖਦਾ ਹੈ ।

(1) ਗੱਲ

(2) ਗਲ

4 ਇਹ ਕੇਕ ਕੁੱਤੇ ਤੋਂ ------------------ ਕੇ ਰੱਖੋ ।

(1) ਬਚਾ

(2) ਬੱਚਾ

5 ਮੈਂ ਤਾਂ ਪੰਜਾਬ ------------------ ਲਈ ਤਿਆਰ ਹੀ ਰਹਿੰਦਾ ਹਾਂ .

(1) ਜਾਨ

(2) ਜਾਣ

ਮਨਜੀਤ

ਮੇਰਾ ਨਾਂ ਮਨਜੀਤ ਹੈ । ਮੈਂ ਦਸ ਸਾਲਾਂ ਦਾ ਹਾਂ । ਮੇਰੇ ਵਾਲ ਕਾਲੇ ਹਨ । ਮੈਂ ਇੱਕ ਛੋਟੇ ਘਰ ਵਿੱਚ ਰਹਿੰਦਾ ਹਾਂ । ਮੈਂ ਆਪਣੇ ਮਾਤਾ ਜੀ ਨਾਲ ਰਹਿੰਦਾ ਹਾਂ । ਮੇਰੇ ਸੌਣ ਵਾਲੇ ਕਮਰੇ ਵਿੱਚ ਟੈਲੀਵਿਜ਼ਨ ਹੈ । ਮੇਰਾ ਇੱਕ ਭਰਾ ਹੈ ।

1. Read the text and answer the questions:

   a) How old is Manjit?
   b) What is the colour of his hair?
   c) Who does he live with?
   d) What is in his bedroom?
   e) How many brothers he has?

2. The text 'Manjit' is written in the first person – Rewrite the text Manjit in the third person. e.g.

   ਉਸ ਦਾ ਨਾਂ ਮਨਜੀਤ ਹੈ ।

   Discuss the changes you have to make.

3. What are the similarties with English Grammar rules?

   I.e. Use of ਹਾਂ (am), ਹੈ (is) and ਹਨ (are).

ਸਕੂਲ ਜਾਣ ਬਾਰੇ ਗੱਲ ਬਾਤ

Match the appropriate answer to the questions and write the appropriate letter in the box. There is one extra answer you do not need to use.

Questions:	Answers
1. ਤੁਹਾਡੇ ਸਕੂਲ ਦਾ ਨਾਂ ਕੀ ਹੈ ? ☐	
	A ਕਾਰ ਵਿੱਚ
2. ਤੁਸੀਂ ਕਿੰਨੇ ਵਜੇ ਸੁੱਤੇ ਉੱਠਦੇ ਹੋ ? ☐	B ਕਾਲੀ
	C ਪੰਜਾਬੀ ਗਾਣੇ ਸੁਣਨਾ
3. ਤੁਸੀਂ ਆਪਣੇ ਵਿਹਲੇ ਸਮੇਂ ਵਿੱਚ ਕੀ ਕਰਦੇ ਹੋ ? ☐	
	D ਪਾਰਕਫੀਲਡ ਸਕੂਲ
4. ਤੁਸੀਂ ਸਕੂਲ ਕਿਸ ਤਰ੍ਹਾਂ ਆਉਂਦੇ ਹੋ ? ☐	E ਮਿਸਿਜ਼ ਬਾਂਸਲ
	F ਸੱਤ ਵਜੇ
5. ਤੁਹਾਡੀ ਕਾਰ ਕਿਸ ਰੰਗ ਦੀ ਹੈ ? ☐	

ਮੇਰਾ ਮਿੱਤਰ ਰਾਜ।

ਮੇਰੇ ਮਿੱਤਰ ਦਾ ਨਾਂ ਰਾਜ ਹੈ। ਉਹ ਮੇਰੇ ਘਰ ਦੇ ਕੋਲ ਰਹਿੰਦਾ ਹੈ। ਉਹ ਹਰ ਸ਼ੁੱਕਰਵਾਰ ਨੂੰ ਮੇਰੇ ਨਾਲ ਹਾਕੀ ਖੇਡਣ ਜਾਂਦਾ ਹੈ। ਉਹ ਹਰ ਵੀਕਐਂਡ ਤੇ ਸ਼ੌਪਿੰਗ ਕਰਨ ਜਾਂਦਾ ਹੈ। ਉਹ ਕੱਪੜੇ ਦੇਖਣਾ ਬਹੁਤ ਪਸੰਦ ਕਰਦਾ ਹੈ ਪਰ ਕਦੇ ਕਦੇ ਹੀ ਕੱਪੜੇ ਖਰੀਦਦਾ ਹੈ।

ਬਜਾਰ ਵਿੱਚ ਘੁੰਮਣ ਫਿਰਨ ਤੋਂ ਬਾਅਦ ਸਮੋਸੇ ਖਾਣੇ ਪਸੰਦ ਕਰਦਾ ਹੈ। ਰਸਗੁੱਲੇ ਖਾਣੇ ਉਸ ਨੂੰ ਬਹੁਤ ਚੰਗੇ ਲੱਗਦੇ ਹਨ। ਫ਼ਿਰ ਉਹ ਦਸ ਨੰਬਰ ਬੱਸ ਫੜ ਕੇ ਘਰ ਨੂੰ ਜਾਂਦਾ ਹੈ।

ਘਰ ਆ ਕੇ ਸ਼ਾਮ ਨੂੰ ਉਹ ਦੋ ਘੰਟੇ ਸਕੂਲ ਦਾ ਕੰਮ ਕਰਦਾ ਹੈ। ਰਾਜ ਨੇ ਇਸ ਸਾਲ ਸੱਤ ਜੀ ਸੀ ਐਸ ਈ ਦੇ ਇਮਤਿਹਾਨ ਦੇਣੇ ਹਨ। ਚੰਗੇ ਗਰੇਡ ਲੈਣ ਲਈ ਉਹ ਬਹੁਤ ਮਿਹਨਤ ਕਰਦਾ ਹੈ। ਰਾਜ ਦੇ ਮਾਤਾ – ਪਿਤਾ ਉਸਦੀ ਪੜ੍ਹਾਈ ਵਿੱਚ ਬਹੁਤ ਮਦਦ ਕਰਦੇ ਹਨ।

Where does Raj live?

What does he do on Friday?

When does he go shopping?

What does he enjoy looking at?

What is Raj's favourite sweet?

What does he do when he goes back home?

What does he do to achieve good grades?

Who helps Raj in his studies?

Imagine you are Raj. Write the information in Panjabi. (First Person)

Read the sentences and look at the pictures. Write the correct letter in the box to match the picture with sentence.

Questions :

1 ਮੈਂ ਕੰਮ ਤੇ ਰੇਲਗੱਡੀ ਵਿੱਚ ਜਾਂਦਾ ਹਾਂ । ☐

2 ਮੈਂ ਹਰ ਰੋਜ਼ ਇੱਕ ਸੇਬ ਖਾਂਦਾ ਹਾਂ । ☐

3 ਮੇਰੀ ਪਤਨੀ ਸਕੂਲ ਵਿੱਚ ਇੱਕ ਟੀਚਰ ਹੈ । ☐

4 ਮੈਂ ਫੁੱਟਬਾਲ ਖੇਡਣਾ ਪਸੰਦ ਕਰਦਾ ਹਾਂ । ☐

5 ਮੈਂ ਹਸਪਤਾਲ ਵਿੱਚ ਡਾਕਟਰ ਹਾਂ । ☐

A

B

C

D

E

F

ਮੇਰੀ ਸਹੇਲੀ ਜੋਤ

ਮੇਰੀ ਸਹੇਲੀ ਦਾ ਨਾਂ ਜੋਤ ਹੈ । ਉਹ ਸਕੂਲ ਦੇ ਕੋਲ ਰਹਿੰਦੀ ਹੈ । ਉਹ ਹਰ ਸੱਨਿਚਰਵਾਰ ਨੂੰ ਮੇਰੇ ਨਾਲ ਹਾਕੀ ਖੇਡਦੀ ਹੈ । ਉਹ ਹਰ ਵੀਕਐਂਡ ਤੇ ਗੁਰਦੁਆਰੇ ਜਾਂਦੀ ਹੈ । ਐਤਵਾਰ ਨੂੰ ਉਹ ਆਪਣੇ ਮਾਤਾ ਜੀ ਨਾਲ ਸ਼ੌਪਿੰਗ ਕਰਨ ਜਾਂਦੀ ਹੈ । ਉਹ ਨਵੇਂ ਪੰਜਾਬੀ ਸੂਟ ਦੇਖਣਾ ਬਹੁਤ ਪਸੰਦ ਕਰਦੀ ਹੈ ਪਰ ਲੈਂਦੀ ਘੱਟ ਹੀ ਹੈ ।

ਬਾਜ਼ਾਰ ਵਿੱਚ ਜਾਣ ਬਾਦ ਉਹ ਘਰ ਆ ਕੇ ਰੋਟੀ ਖਾਂਦੀ ਹੈ । ਰਸਮਲਾਈ ਖਾਣੀ ਉਹ ਬਹੁਤ ਪਸੰਦ ਕਰਦੀ ਹੈ ।

ਘਰ ਆ ਕੇ ਸ਼ਾਮ ਨੂੰ ਤਿੰਨ ਘੰਟੇ ਸਕੂਲ ਦਾ ਕੰਮ ਕਰਦੀ ਹੈ । ਜੋਤੀ ਨੇ ਇਸ ਸਾਲ ਨੌਂ ਜੀ ਸੀ ਐਸ ਈ ਦੇ ਇਮਤਿਹਾਨ ਦੇਣੇ ਹਨ । ਚੰਗੇ ਗਰੇਡ ਲੈਂਣ ਲਈ ਉਹ ਬਹੁਤ ਮਿਹਨਤ ਕਰਦੀ ਹੈ । ਜੋਤੀ ਦੇ ਮਾਤਾ – ਪਿਤਾ ਉਸਦੀ ਪੜ੍ਹਾਈ ਵਿੱਚ ਬਹੁਤ ਮਦਦ ਕਰਦੇ ਹਨ ।

Where does Jot live?

What does she do on Saturday?

When does she go shopping?

What does she enjoy looking at?

What is Jot's favourite sweet?

What does she do when she goes back home?

How many hours does she study everyday?

What does she do to achieve good grades?

Who helps Jot in her studies?

ਚਰਨਜੀਤ ਦਾ ਸਕੂਲ

ਚਰਨਜੀਤ ਕੋਲਟਨ ਹਿੱਲਜ਼ ਸਕੂਲ ਵਿੱਚ ਪੜ੍ਹਦੀ ਹੈ। ਉਹ 11ਵੇਂ ਸਾਲ ਵਿੱਚ ਪੜ੍ਹਦੀ ਹੈ। ਉਸ ਦੇ ਫੋਰਮ ਟੀਚਰ ਦਾ ਨਾਂ ਮਿਸਟਰ ਹੈਲਮ ਹੈ।

ਚਰਨਜੀਤ ਦਾ ਸਕੂਲ ਸਵੇਰੇ ਅੱਠ ਵੱਜ ਕੇ ਚਾਲੀ ਮਿੰਟ ਤੇ ਸ਼ੁਰੂ ਹੁੰਦਾ ਹੈ। ਤੀਜੇ ਲੈਸਨ ਤੋਂ ਬਾਦ ਅੱਧੀ ਛੁੱਟੀ ਹੁੰਦੀ ਹੈ। ਅੱਧੀ ਛੁੱਟੀ ਤੋਂ ਬਾਦ ਫਿਰ ਦੋ ਲੈਸਨ ਹੁੰਦੇ ਹਨ। ਆਖਰੀ ਲੈਸਨ ਸਾਢੇ ਤਿੰਨ ਵਜੇ ਖਤਮ ਹੁੰਦਾ ਹੈ।

ਚਰਨਜੀਤ ਦੇ ਸਕੂਲ ਵਿੱਚ ਚਾਲੀ ਅਧਿਆਪਕ ਹਨ। ਸਾਰੇ ਅਧਿਆਪਕ ਬਹੁਤ ਮਿਹਨਤੀ ਹਨ ਅਤੇ ਬੱਚਿਆਂ ਦੀ ਪੜ੍ਹਾਈ ਦਾ ਬਹੁਤ ਖਿਆਲ ਰੱਖਦੇ ਹਨ। ਸਕੂਲ ਵਿੱਚ ਚਾਲੀ ਕਮਰੇ ਹਨ ਅਤੇ ਇੱਕ ਲਾਇਬਰੇਰੀ ਵੀ ਹੈ। ਲਾਇਬਰੇਰੀ ਵਿੱਚ ਬਹੁਤ ਸਾਰੀਆਂ ਕਿਤਾਬਾਂ ਹਨ। ਉਹ ਆਪਣੇ ਸਕੂਲ ਨੂੰ ਬਹੁਤ ਪਸੰਦ ਕਰਦੀ ਹੈ।

ਠੀਕ ਉੱਤਰ ਸਾਹਮਣੇ ਟਿੱਕ ਕਰੋ:

1 ਚਰਨਜੀਤ ਦੇ ਸਕੂਲ ਦਾ ਨਾਂ ਕੀ ਹੈ ?

ਪਾਰਕਫੀਲਡ ਹਾਈ		ਕੋਲਟਨ ਹਿੱਲਜ਼ ਸਕੂਲ	
ਹਾਈਫੀਲਡਜ਼ ਸਕੂਲ		ਡੀਨਜ਼ਫੀਲਡ ਹਾਈ	

2 ਸਕੂਲ ਵਿੱਚ ਕਿੰਨੇ ਅਧਿਆਪਕ ਹਨ ?

ਚਾਲੀ		ਤੀਹ	
ਵੀਹ		ਪੰਜਾਹ	

3 ਬਰੇਕ ਤੋਂ ਪਹਿਲਾਂ ਕਿੰਨੇ ਲੈਸਨ ਹੁੰਦੇ ਹਨ ?

ਚਾਰ		ਇੱਕ	
ਦੋ		ਤਿੰਨ	

4 ਚਰਨਜੀਤ ਦਾ ਸਕੂਲ ਸਵੇਰ ਨੂੰ ਕਿੰਨੇ ਵਜੇ ਲੱਗਦਾ ਹੈ ?

ਅੱਠ ਵੱਜ ਕੇ ਚਾਲੀ ਮਿੰਟ ਤੇ		ਨੌਂ ਵਜੇ	
ਸਾਢੇ ਅੱਠ ਵਜੇ		ਅੱਠ ਵੱਜ ਕੇ ਪੰਜਾਹ ਮਿੰਟ ਤੇ	

5 ਚਰਨਜੀਤ ਦੇ ਸਕੂਲ ਵਿੱਚ ਕਿੰਨੇ ਲੈਸਨ ਹੁੰਦੇ ਹਨ ?

ਚਾਰ		ਛੇ	
ਅੱਠ		ਸੱਤ	

Answer these questions both in Panjabi and English

6 ਸਕੂਲ ਵਿੱਚ ਕਿੰਨੇ ਕਮਰੇ ਹਨ ?
How many classrooms are in the school?

7 ਚਰਨਜੀਤ ਦੇ ਫੋਰਮ ਟੀਚਰ ਦਾ ਨਾ ਕੀ ਹੈ ?
Who is Charanjeet's form tutor?

8 ਚਰਨਜੀਤ ਕਿਹੜੇ ਸਾਲ ਵਿੱਚ ਪੜ੍ਹਦੀ ਹੈ ?
In which year is Charanjit studying?

9 ਸਕੂਲ ਵਿੱਚ ਛੁੱਟੀ ਕਿੰਨੇ ਵਜੇ ਹੁੰਦੀ ਹੈ ?
At what time does the school finish?

10 ਚਰਨਜੀਤ ਦੇ ਆਪੰਣੇ ਸਕੂਲ ਬਾਰੇ ਕੀ ਵਿਚਾਰ ਹਨ ?
What are Charamjit's views about her school?

Fill in the blank spaces using the appropriate word. There are four options and only one of these is correct.

1   ਕੁੱਤਾ ਚੋਰ --------- ਦੇਖ ਕੇ ਭੌਂਕਣ ਲਗ ਪਿਆ ।

    (1)   ਨੂੰ

    (2)   ਤੇ

    (3)   ਨਾਲ

    (4)   ਲਈ

2   ਅਸੀਂ ਅੱਗ ਲਾਉਣ --------- ਲੱਕੜਾਂ ਲਿਆਂਦੀਆਂ ।

    (1)   ਨਾਲ

    (2)   ਲਈ

    (3)   ਤੇ

    (4)   ਵਿੱਚ

3   ਸਾਰੇ ਜਾਨਵਰ ਸ਼ੇਰ --------- ਡਰਦੇ ਹਨ ।

    (1)   ਨਾਲ

    (2)   ਤੋਂ

    (3)   ਤੇ

    (4)   ਵਿੱਚ

4   ਗਲਾਸ --------- ਪਾਣੀ ਨਹੀਂ ਸੀ ।

    (1)   ਵਿੱਚ

    (2)   ਤੇ

    (3)   ਨਾਲ

    (4)   ਤੋਂ

5   ਮੇਰੇ ਘਰ ਤੋਂ ਸਕੂਲ --------- ਜਾਣ ਦਾ ਕਿਰਾਇਆ 70 ਪੈਂਸ ਹੈ ।

    (1)   ਨਾਲ

    (2)   ਤੋਂ

    (3)   ਤੇ

    (4)   ਤੱਕ

ਕਲਾਸ ਵਿੱਚ ਕੀਤੀ ਜਾਣ ਵਾਲੀ ਗੱਲ ਬਾਤ

Write the English equivalent of the following instructions:

	Panjabi	English
1.	ਆਓ, ਬੈਠ ਜਾਓ ।	
2.	ਬੋਰਡ ਵੱਲ ਦੇਖੋ ।	
3.	ਗੱਲਾਂ ਨਾ ਕਰੋ ।	
4.	ਮੇਰੀ ਗੱਲ ਧਿਆਨ ਨਾਲ ਸੁਣੋ ।	
5.	ਆਪਣੀ ਕਿਤਾਬ ਸਫ਼ਾ 40 ਤੇ ਖੋਲੋ ।	
6.	ਧਿਆਨ ਨਾਲ ਪੜ੍ਹੋ ।	
7.	ਦਰਵਾਜ਼ਾ ਬੰਦ ਕਰ ਦਿਓ ।	
8.	ਸਵਾਲਾਂ ਦੇ ਜਵਾਬ ਦਿਓ ।	
9.	ਪ੍ਰਸ਼ਨਾਂ ਦੇ ਉੱਤਰ ਲਿਖੋ ।	
10.	ਸਵਾਲ ਦਾ ਜਵਾਬ ਪੂਰੇ ਵਾਕ ਵਿੱਚ ਦਿਓ ।	
11.	ਪ੍ਰਸ਼ਨਾਂ ਦੇ ਉੱਤਰ ਅੰਗਰੇਜ਼ੀ ਵਿੱਚ ਲਿਖੋ ।	
12.	ਰੌਲਾ ਨਾ ਪਾਓ ।	
13.	ਪੰਜਾਬੀ ਵਿੱਚ ਗੱਲ ਕਰੋ ।	
14.	ਇਸ ਬਾਰੇ ਆਪਣੇ ਵਿਚਾਰ ਦੱਸੋ ।	
15.	ਵਾਰਤਾ ਪੜ੍ਹ ਕੇ ਪ੍ਰਸ਼ਨਾਂ ਦੇ ਉੱਤਰ ਆਪਣੀ ਕਾਪੀ ਵਿੱਚ ਲਿਖੋ ।	

Use of "am", "are" and "is"

ਹਾਂ	used as "am" in English.
ਹਨ	used as "are" in English.
ਹੈ	used as "is" in English.
Note:-	They are usually placed at the end of the sentence in Panjabi

Example: ਇਹ ਇੱਕ ਬੱਸ ਹੈ ।

ਇਹ ਚਾਰ ਬੱਸਾਂ ਹਨ ।

1. ਇਹ ਇੱਕ ਕਾਰ .... ।
2. ਇਹ ਦੋ ਕਾਰਾਂ .... ।
3. ਇਹ ਇੱਕ ਕੇਲਾ .... ।
4. ਇਹ ਤਿੰਨ ਕੇਲੇ .... ।
5. ਇਹ ਇੱਕ ਘਰ .... ।
6. ਇਹ ਚਾਰ ਘਰ .... ।
7. ਮੈਂ ਇੱਕ ਚੰਗਾ ਬੱਚਾ .... ।
8. ਉਹ ਬਹੁਤ ਚੰਗੇ ਬੱਚੇ .... ।
9. ਮੇਰਾ ਛੋਟਾ ਭਰਾ ਬਹੁਤ ਚੰਗਾ .... ।
10. ਮੇਰਾ ਚਾਚਾ ਸਾਰਿਆਂ ਨਾਲ ਬਹੁਤ ਪਿਆਰ ਕਰਦਾ .... ।

Use of "I" and "Me"

ਮੈਂ	used for "I" as in first person, male or female.
ਮੈਨੂੰ	used for "me" or when referring to "myself"

Copy and complete the following sentences using ਮੈਂ or ਮੈਨੂੰ.

ਉਦਾਹਰਣ: ਮੈਂ ਸਕੂਲ ਗਿਆ ਸੀ ।

ਮੈਨੂੰ ਭੁੱਖ ਲਗੀ ਹੈ ।

1. .... ਸਕੂਲ ਗਈ ਸੀ ।
2. ਕੱਲ੍ਹ ਨੂੰ .... ਸਕੂਲ ਜਾਵਾਂਗਾ ।
3. .... ਬਜਾਰ ਗਿਆ ਸੀ ।
4. ਕੱਲ੍ਹ ਨੂੰ .... ਬਾਜ਼ਾਰ ਜਾਵਾਂਗਾ ।
5. .... ਬਾਜ਼ਾਰ ਗਈ ਸੀ ।
6. .... ਕਿਤਾਬਾਂ ਫੜਾ ।
7. .... ਫੁੱਟਬਾਲ ਖੇਡਿਆ ਸੀ ।
8. .... ਹਾਕੀ ਖੇਡੀ ਸੀ ।
9. ਇਹ ਕੰਮ .... ਕਰ ਲੈਣ ਦੇ ।
10. .... ਕਾਰ ਚਲਾਵਾਂਗਾ ।
11. .... ਰੋਟੀ ਬਣਾਵਾਂਗੀ ।
12. .... ਗਰਮੀ ਲਗਦੀ ਹੈ ।

Use of "Mine"

ਮੇਰਾ	used as a (pronoun) word for "Mine" when talking about male / masculine noun.
ਮੇਰੀ	used as a (pronoun) word for "Mine" when talking about female / feminine noun.

Copy and complete the following sentences using ਮੇਰਾ or ਮੇਰੀ.

ਉਦਾਹਰਣ ਇਹ ਮੇਰੀ ਕਾਰ ਹੈ ।

ਇਹ ਮੇਰਾ ਸਕੂਲ ਹੈ ।

1. .... ਇੱਕ ਭੈਣ ਹੈ ।
2. ਇਹ .... ਭੈਣ ਹੈ ।
3. .... ਇੱਕ ਭਰਾ ਹੈ ।
4. ਇਹ .... ਭਰਾ ਹੈ ।
5. .... ਇੱਕ ਲੀ ਹੈ ।
6. ਇਹ .... ਬਿੱਲੀ ਹੈ ।
7. .... ਇੱਕ ਕੁੱਤਾ ਹੈ ।
8. ਇਹ .... ਕੁੱਤਾ ਹੈ ।
9. .... ਕਿਤਾਬ ਕਿੱਥੇ ਹੈ ?
10. ਇਹ .... ਕਿਤਾਬ ਹੈ ।
11. .... ਪੈੱਨ ਕਿੱਥੇ ਹੈ ?
12. ਇਹ .... ਪੈੱਨ ਹੈ ।

ਪੁਲ ਦੀ ਮੁਰੰਮਤ ਹੋ ਰਹੀ ਹੈ ।

Why might people be late?

....

ਪਾਰਕ ਦੇ ਅੰਦਰ
ਆਪਣੀ ਕਾਰ ਤੋਂ
ਬਾਹਰ ਨਾ ਨਿਕਲੋ ।
ਜਾਨਵਰ ਖੁਲ੍ਹੇ ਫਿਰਦੇ
ਹਨ ।

Q1a. What are you not allowed to do?

....

Q1b. Why?

....

Write down different means of transport that you can use to get to these places? ਇਹਨਾ ਥਾਂਵਾਂ ਤੇ ਜਾਣ ਲਈ ਕਿਸ ਕਿਸ ਤਰਾਂ ਸਫ਼ਰ ਕਰੋਗੇ ?

ਸਕੂਲ 	ਸ਼ੌਪਿੰਗ 	ਲੰਡਨ 
....	....	....
....	....	....
....	....	....
....	....	....
....	....	....

ਪੈਰਿਸ 	ਸਿਨੇਮਾ 	ਇੰਡੀਆ 
....	....	....
....	....	....
....	....	....
....	....	....
....	....	....

Make a list of :

Items used in a classroom.	Subjects taught in a school.	. Sports people play in school.

ਪੈੱਨ	ਹਿਸਾਬ	ਵਾਲੀਬਾਲ
....	....	....
....	....	....
....	....	....
....	....	....
....	....	....

Items in a bedroom.	Items used in a kitchen	Other items in a house
		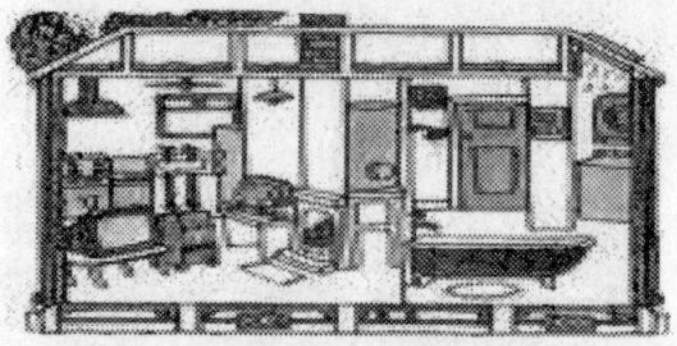
ਬੈੱਡ	ਕੁੱਕਰ	ਮੇਜ਼
....	....	....
....	....	....
....	....	....
....	....	....
....	....	....

Make a list in Panjabi of:

Things that you will like to buy from India.	Items that people take on holidays.	Things that you buy from a supermarket.
ਸੂਟ / ਕਪੜੇ	ਸੂਟਕੇਸ	ਬਰੈਡ
....	....	....
....	....	....
....	....	....
....	....	....
....	....	....

Pets	Wild animals	Birds
ਕੁੱਤਾ	ਸ਼ੇਰ	ਮੋਰ
....	....	....
....	....	....
....	....	....
....	....	....
....	....	....

Make a list in Panjabi of:

Vegetables	Fruits.	Food items.
ਗਾਜਰ	ਕੇਲਾ	ਪਰੌਂਠਾ
....	....	....
....	....	....
....	....	....
....	....	....
....	....	....

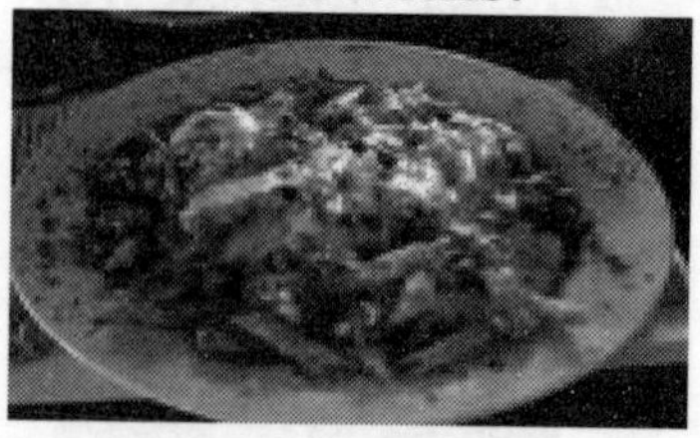

Indian sweets ਮਠਿਆਈ	Drinks.	Snacks
ਲੱਡੂ	ਲੱਸੀ	ਸਮੋਸਾ
....	....	....
....	....	....
....	....	....
....	....	....
....	....	....

1. Make a list the jobs that you do at home
   ਉਦਾਹਰਣ :- ਮੈਂ ਘਰ ਦੀ ਸਫਾਈ ਕਰਦਾ / ਕਰਦੀ ਹਾਂ ।

   1.
   2.
   3.
   4.
   5.

2. Make a list of things to describe your house.
   ਉਦਾਹਰਣ :- ਗੈਰਿਜ

   1.
   2.
   3.
   4.
   5.

3. Make a list of Panjabi or Hindi films.
   ਉਦਾਹਰਣ :- ਮਿੱਟੀ ਵਾਜਾਂ ਮਾਰਦੀ

   1.
   2.
   3.
   4.
   5.

4. Make a list of Indian newspapers.
   ਉਦਾਹਰਣ :- ਅਜੀਤ

   1.
   2.
   3.
   4.
   5.

5.   Make a list of Asian TV programmes.

      ਉਦਾਹਰਣ :- ਕਹਾਣੀ ਘਰ ਘਰ ਕੀ

    1.

    2.

    3.

    4.

    5.

6.   Make a list of activities that can keep you fit. and healthy

      ਉਦਾਹਰਣ :- ਕਸਰਤ ਕਰਨਾ

    1.

    2.

    3.

    4.

    5.

7.   Make a list of family relationshipswho are from your father's side.

      ਉਦਾਹਰਣ :- ਚਾਚਾ ਜੀ

    1.

    2.

    3.

    4.

    5.

8.   Make a list of family relationships who are from your mother's side.

      ਉਦਾਹਰਣ :- ਮਾਮਾ ਜੀ

    1.

    2.

    3.

    4.

    5.

9. Make a list of festivals that you celebrate.

ਉਦਾਹਰਣ :- ਹੋਲੀ

1.
2.
3.
4.
5.

10. Make a list of places that you would like to visit.

ਉਦਾਹਰਣ :- ਭਾਰਤ

1.
2.
3.
4.
5.

11. Make a list of games that you play.

ਉਦਾਹਰਣ :- ਫੁੱਟਬਾਲ

1.
2.
3.
4.
5.

12. Make a list of interesting places around where you live.

ਉਦਾਹਰਣ : ਸੈਜਿਲੀ ਸਟਰੀਟ

1.
2.
3.
4.
5.

13   Make a list of things that you can buy at a post office.

ਉਦਾਹਰਣ : ਚਿੱਠੀ ਪਾਉਣੀ

1.
2.
3.
4.
5.

14.   Make a list of means of travelling.

ਉਦਾਹਰਣ : ਬੱਸ

1.
2.
3.
4.
5.

15.   Make a list of professions.

ਉਦਾਹਰਣ : ਡਾਕੀਆ

1.
2.
3.
4.
5.

16.   Make a list where you can advertise things for sale.

ਉਦਾਹਰਣ : ਅਖਬਾਰ

1.
2.
3.
4.
5.

Read the e-mail message below sent by Raj

ਅੱਜ ਮੈਂ ਤੇਰੇ ਨਾਲ ਸਕੂਲ ਨਹੀਂ ਆ ਸਕਦਾ ਕਿਉਂਕਿ ਮੇਰਾ ਸਿਰ ਦੁੱਖਦਾ ਹੈ ।

Why can Raj not go to the school today?

1. He is going to play football.
2. He is not feeling well.
3. He is going to watch a film.

You see this message from Paramjeet.

ਅੱਜ ਸ਼ਾਮ ਨੂੰ ਮੈਂ ਤੁਹਾਡੇ ਨਾਲ ਖਾਣਾ ਖਾਣ ਨਹੀਂ ਆ ਸਕਦੀ ਕਿਉਂਕਿ ਮੈਨੂੰ ਸਕੂਲ ਦਾ ਕੰਮ ਬਹੁਤ ਹੈ ।

Why can Paramjeet not go out?

1. She is going to see her friend.
2. She is going to shopping.
3. She has a lot of school work

ਇੱਕ ਤੋਂ ਸੌ ਤਕ ਗਿਣਤੀ Numbers from one to hundred			
1	Ikk	ਇੱਕ	੧
2	Do	ਦੋ	੨
3	Tin	ਤਿੰਨ	੩
4	Char	ਚਾਰ	੪
5	Panj	ਪੰਜ	੫
6	Chhe	ਛੇ	੬
7	Satt	ਸੱਤ	੭
8	Ath	ਅੱਠ	੮
9	Nau	ਨੌਂ	੯
10	Das	ਦਸ	੧੦
11	Giaraan	ਗਿਆਰਾਂ	੧੧
12	Baraan	ਬਾਰਾਂ	੧੨
13	Teraan	ਤੇਰਾਂ	੧੩
14	Chaudaan	ਚੌਦਾਂ	੧੪
15	Pandraan	ਪੰਦਰਾਂ	੧੫
16	Solaan	ਸੋਲਾਂ	੧੬
17	staraan	ਸਤਾਰਾਂ	੧੭
18	Athara	ਅਠਾਰਾਂ	੧੮
19	Unnie	ਉੱਨੀ	੧੯
20	Veeh	ਵੀਹ	੨੦

21	Ikkie	ਇੱਕੀ	੨੧
22	Baiee	ਬਾਈ	੨੨
23	Tayie	ਤੇਈ	੨੩
24	Chauvi	ਚੌਵੀ	੨੪
25	Pachiee	ਪੱਚੀ	੨੫
26	Cahhabbie	ਛੱਬੀ	੨੬
27	Staie	ਸਤਾਈ	੨੭
28	Athai	ਅੱਠਾਈ	੨੮
29	Unatti	ਉਣੱਤੀ	੨੯
30	Teeh	ਤੀਹ	੩੦
31	Ikatti	ਇਕੱਤੀ	੩੧
32	Batie	ਬੱਤੀ	੩੨
33	Tetie	ਤੇਤੀ	੩੩
34	Chauti	ਚੌਤੀ	੩੪
35	Painti	ਪੈਂਤੀ	੩੫
36	Chhatti	ਛੱਤੀ	੩੬
37	Saineti	ਸੈਂਤੀ	੩੭
38	Athatti	ਅਠੱਤੀ	੩੮
39	Untali	ਉਣਤਾਲੀ	੩੯
40	Chali	ਚਾਲੀ	੪੦
41	Iktali	ਇੱਕਤਾਲੀ	੪੧
42	Batali	ਬਤਾਲੀ	੪੨

43	Tirtali	ਤਿਰਤਾਲੀ	੪੩
44	Chautali	ਚੁਤਾਲੀ	੪੪
45	Pantali	ਪੰਤਾਲੀ	੪੫
46	Chhiali	ਛਿਆਲੀ	੪੬
47	Santali	ਸੰਤਾਲੀ	੪੭
48	Athtali	ਅੱਠਤਾਲੀ	੪੮
49	Unanja	ਉਨੰਜਾ	੪੯
50	Panjah	ਪੰਜਾਹ	੫੦
51	Ikwanja	ਇੱਕਵੰਜਾ	੫੧
52	Bavanja	ਬਵੰਜਾ	੫੨
53	Tirwanja	ਤਿਰਵੰਜਾ	੫੩
54	Churinja	ਚੁਰਿੰਜਾ	੫੪
55	Pachwanja	ਪੱਚਵੰਜਾ	੫੫
56	Chhapanja	ਛਪੰਜਾ	੫੬
57	Satwanja	ਸੱਤਵੰਜਾ	੫੭
58	Athhwanja	ਅੱਠਵੰਜਾ	੫੮
59	Unahath	ਉਨਾਹਠ	੫੯
60	Sathh	ਸੱਠ	੬੦
61	Ikaahathh	ਇਕਾਹਠ	੬੧
62	Bahathh	ਬਾਹਠ	੬੨
63	Trehathh	ਤਿਰੇਹਠ	੬੩
64	Chaunhat	ਚੌਂਹਟ	੬੪

65	Painhat	ਪੈਂਹਟ	੬੫
66	Chiahath	ਛਿਆਹਟ	੬੬
67	Stahat	ਸਤਾਹਟ	੬੭
68	Athahath	ਅਠਾਹਠ	੬੮
69	Unhattar	ਉਣੱਤੁਰ	੬੯
70	Sattar	ਸੱਤਰ	੭੦
71	Ikhattar	ਇਕੱਤੁਰ	੭੧
72	Bahattar	ਬਹੱਤਰ	੭੨
73	Tihayttar	ਤਹੇਤਰ	੭੩
74	Chauhattar	ਚੌਹੱਤਰ	੭੪
75	Panjhattar	ਪੰਝੱਤਰ	੭੫
76	Chhihattar	ਛਿਅੱਤਰ	੭੬
77	Satattar	ਸਤੱਤਰ	੭੭
78	Athatter	ਅਠੱਤਰ	੭੮
79	Unnhasi	ਉਣਾਸੀ	੭੯
80	Assie	ਅੱਸੀ	੮੦
81	Ikassie	ਇਕਾਸੀ	੮੧
82	Biasie	ਬਿਆਸੀ	੮੨
83	Terasi	ਤਿਰਾਸੀ	੮੩
84	Chaurassi	ਚੌਰਾਸੀ	੮੪
85	Pachasie	ਪਚਾਸੀ	੮੫
86	Chhiasie	ਛਿਆਸੀ	੮੬

87	Satasie	ਸਤਾਸੀ	੮੭
88	Athasie	ਅਠਾਸੀ	੮੮
89	Unanwe	ਉਣੱਨਵੇਂ	੮੯
90	Nabbe	ਨੱਬੇ	੯੦
91	Ikanwein	ਇਕਾਨਵੇਂ	੯੧
92	Banwein	ਬੰਨਵੇਂ	੯੨
93	Tiranwein	ਤਰੰਨਵੇਂ	੯੩
94	Churanwein	ਚੌਰਨਵੇਂ	੯੪
95	Pachanwein	ਪਚਨਵੇਂ	੯੫
96	Chhianwein	ਛਿਅੰਨਵੇਂ	੯੬
97	Satanwein	ਸਤੰਨਵੇਂ	੯੭
98	Athanwein	ਅਠੰਨਵੇਂ	੯੮
99	Narhinwein	ਨੜਿੰਨ੍ਹਵੇਂ	੯੯
100	Sau	ਸੌ	੧੦੦

100	Sau	ਸੌ
1000	Hazar	ਹਜ਼ਾਰ
10,000	Das Hazar	ਦਸ ਹਜ਼ਾਰ
100,000	Lakh	ਲੱਖ